நவீன காதல்

நவீன காதல்

ஆர். அபிலாஷ்

Title: Naveena Kaadhal
Author's Name: R. Abilash

Published by Ezutthu Prachuram

Ezutthu Prachuram
(An imprint of Zero Degree Publishing)
No. 55(7), R Block, 6th Avenue,
Anna Nagar,
Chennai - 600 040

Website: www.zerodegreepublishing.com
E Mail id: zerodegreepublishing@gmail.com
Phone: 89250 61999

Ezutthu Prachuram First Edition: March 2023
ISBN: 978-93-90053-36-0
TITLE NO EP: 425

Cover Design: Meenakshi Ayyappan Layout:
Vijayan, Creative Studio
Printed at Clictoprint, Chennai, India

சமர்ப்பணம்

மனநல மருத்துவர் ருத்ரனுக்கு

எதற்காக இந்தப் புத்தகம்?

இது காதலுக்கான கையேடு அல்ல, இது காதலைப் பற்றின கோட்பாட்டு அல்லது வரலாற்று நூலும் அல்ல. இது நவீன காதலைப் பற்றி அறிந்துகொள்வதற்கான நூல்.

காதல் என்பது நாம் அறிந்துகொண்டிருந்ததில் இருந்து வெகுவாக மாறிவிட்டது. இது நவீன காதலின் காலம். நான் சமூக ஊடகங்களால் ஏற்பட்ட சீர்கேடுகளை மட்டும் சொல்லவில்லை; காதல் மீதான எதிர்பார்ப்புகள், பாலினம் சார்ந்த சிக்கல்கள், பிரிவுகளின் வன்முறை, ஆணவக் கொலைகள் என முன்பிருந்ததை விட அதிகரித்து விட்டது. காதலுக்கும் நட்புக்கும் இடையிலுள்ள அந்த மெல்லிய கோடு அழிந்ததில் பாய் பெஸ்டிகள் எனும் புதிய வகைமை, அனுகூலங்களுடன் கூடிய நட்பு எனும் வினோத உறவு தோன்றியிருக்கிறது. முன்பு காதல் கல்யாணத்தில் கைகூடுவது லட்சியம், இன்று அது ஒரு கனவு. “காதலித்துக் கட்டிக்கிட்டோம்” என்றால் தேசிய விருதுவென்ற எழுத்தாளரைப் பார்ப்பதைப் போல பார்க்கிறார்கள். தொட்டுக்கொள்வது ஒரு கிளர்ச்சியான அனுபவமாக இருந்தது மாறிவிட்டது. நேற்று மாலை சந்தித்தவரை மீண்டும் இன்னொரு இடத்தில் பார்த்தால் பெரும் ஆவேசத்துடன் வந்து அணைத்துக்கொண்டு “லவ் யூ” சொல்வது சாதாரணமாகிவிட்டது. அதற்காக அவ்வளவு அன்பு என நினைத்துக்கொள்ளவேண்டாம். மனிதர்கள் மிகுதியாக அன்பு காட்டுகிற, சிறிதுகூட அன்பை நம்பாத

ஒரு காலத்தில் வாழ்கிறோம். இந்த மாற்றங்களுடன் காதலைப் பற்றின குழப்பங்களும் அதிகரித்து வருகின்றன. இவ்வளவு 'முற்போக்கான', தாராளமயமான சூழலில் தான் பரஸ்பர ஐயங்களும் பயங்களும் அதிகமாக உள்ளன; யாருக்கும் யார் மீதும் வெகுசீக்கிரமாக நம்பிக்கை வருகிறது, ஆனால் வெகுசீக்கிரமாக அவநம்பிக்கையும் ஏற்படுகிறது. இரண்டுக்கும் இடையே யாரை எப்படி நம்புவது என அஞ்சிக்கொண்டிருக்கிறோம். நம்மைப் பற்றிச் சொல்லப்படும் இதயபூர்வமாகத் தோன்றும் சொற்களுக்குள் ஒரு இதயம் துடிக்கிறதா எனத் தெரியவில்லை. ஆனால், ஹார்ட்டின்கள் இருக்கின்றன. "லவ்" என்று சொல்லைக் கேட்டு முன்பு மனதுக்குள் பட்டாம்பூச்சிகள் பறக்கும். இன்று அதே மனதுக்குள் சருகிலைகள் உதிர்கின்றன. லவ் என்பது டிஷ்யு பேப்பரைப் போலாகிவிட்டதால் வாழ்தலே எடையற்றதாக இருக்கிறது; சதா ஒரு பதற்றம், யாராவது "உன்னை நேசிக்கிறேன்" எனச் சொல்ல மாட்டார்களா எனும் ஏக்கம். நேசிக்கிறேன் எனும் சொல்லுக்கு "உன்னுடன் இருக்கிறேன்" எனும் பொருள் வந்துவிட்டது.

இந்தச் சிக்கல்களைப் பற்றியே இந்நூல் பேசுகிறது.

ஆனால் இந்த அவநம்பிக்கைகளின் இடையில் ஒரு மிகையான, கற்பனாவாதமான, நாடகீயமான காதலும் இன்று தழைக்கிறது. பிடிவாதமாக நாம் அதைப் பற்றிக்கொண்டிருக்கிறோம். அது எந்நேரமும் கலைந்துவிடக் கூடிய கனவு என அறிந்திருந்தும் அதை நம் வாழ்வின் மீட்சி என நம்புகிறோம்.

ஆண்களுக்கு இன்று துணிந்து, நம்பிக்கையுடன், கம்பீரத்துடன் ஒரு பெண்ணை அணுகுவது எளிதாக இல்லை. அவன் ஒரு பெண்ணின் முன் சதா மண்டியிட்டு கெஞ்சக் கூடியவனாக இன்று மாறிவிட்டான். இந்த தன்னிரக்கமே சில ஆண்களை பெண்ணை அவள் விருப்பமின்றியே துரத்தக் கூடியவர்களாக, தனக்குப் பணியாக பெண்ணிடம் முரட்டுத்தனமாக நடக்கக் கூடியவர்களாக, சைபர் குற்றங்களைச் செய்யக் கூடியவர்களாக மாற்றி உள்ளது. இதுவே தான் பிரிய

நினைத்தாலும் தன்னை விடுவதற்கு மறுக்கும் காதலனை விஷம் கொடுத்துக் கொல்ல பெண்களைத் தூண்டுகிறது. ஒரே சமயம் காதலை இழந்துவிடுவோம் எனும் பயத்தில் மன்னிப்பு கோரும் சுயபச்சாதாப மனநிலை கொண்ட, அதனாலே பலவீனமான தகுதி குறைந்தவர்களாக பெண்ணுக்குத் தோன்றும் ஆண்கள் இன்னொரு பக்கம் அவளைத் தன் வலிமையால், மிரட்டலால் பணிய வைக்க முடியுமா என எத்தனிக்கிறார்கள். ஒரு பெண்ணிடம் உறவாடுவதை இவ்வளவு பெரும் நெருக்கடியாக வேறெந்தக் காலத்திலும் ஆண்கள் உணர்ந்திருக்க மாட்டார்கள். இந்தளவுக்கு காதலிக்கத் தகுதியற்றவர்களாக ஆண்களைப் பெண்கள் வேறெந்தக் காலத்திலும் கருதியிருக்க மாட்டார்கள். ஒரு ஆண் ஒரு பெண்ணை அணுகுவது, பேசுவது முன்னெப்போதையும் விட சுலபமாகி விட்டது; ஆனால் ஒரு பெண்ணிடம் எப்படிப் பேசுவது என்பது முன்னெப்போதையும் விட இன்று புதிராக மாறியுள்ளது. இது சமூகமாக்கலின் காலம். இயல்பிலேயே பேசும் திறன் குறைவானவர்கள் ஆண்கள். பெண்ணின் ஆயிரம் ஜாலங்கள் காட்டும், புத்திசாலித்தனம் மிக்க பேச்சின் முன் ஆண்கள் குழம்பிப் போய் நிற்கிறார்கள். பெண்களிடம் ஒரு ஆண் பயில வேண்டிய உத்தி, அணுகுமுறை என்னவென்று இந்நூல் விவாதிக்கிறது. ஆம், இது ஆண்களின் தரப்பையே அதிகமாக முன்னெடுக்கிறது. இயல்பாகவே அப்படி அமைந்துவிட்டது. இதை அவ்விதத்தில் எனது “பெண்கள் இப்படித்தான் நினைக்கிறார்களா?” நூலின் தொடர்ச்சி என்று கூறலாம்.

நவீன காதலுக்கென்று ஒரு நூல் தமிழில் இதுவரை இல்லை. அக்குறையைத் தீர்ப்பது என்னுடைய ஒரு நோக்கம். நான் பதின்பருவத்தினனாக இருக்கும்போது பாலகுமாரன் எழுதிய “இனிது இனிது காதல் இனிது” எனும் புத்தகத்தைத் திரும்பத் திரும்பப் படித்தேன். அவர் அளித்த காதல் சித்திரம் மகத்தானதாக, நடைமுறை உலகில் இருந்துகொண்டே நம்மை ஆகாயம் நோக்கி உயர்த்துவதாக இருந்தது. ஆனால் நான் முதன்முதலாக காதலித்த போது, பெண்களைப் பற்றி அசல் அனுபவங்கள் ஏற்பட்ட போது பாலகுமாரன் சொன்னது

அத்தனையும் பொய் எனத் தெரிந்தது. காதலைப் பற்றி எழுதியவர்களில் எனக்கு நெருக்கமாக இருப்பவர் சுஜாதா தான். அடுத்து ருத்ரன். அவரது “உறவுகள்” புத்தகம் எனக்கு அந்நாட்களில் ஒரு வேதபுத்தகமாக இருந்தது. அதன் பிறகே நான் *Men are from Mars, Women are from Venus* போன்ற புத்தகங்களைப் படித்தேன். ஆனாலும் ருத்திரனின் சுருக்கமான புத்தகத்திலுள்ள கருத்துக்கள் இன்னும் அவ்வளவு உண்மை பொருந்தியதாக எனக்குத் தெரிகின்றன. அதே நேரம் ருத்ரன் உறவுகள் குறித்துப் பேசாத ஒரு விசயம் மனிதர்களுக்கு இடையிலான அதிகார மோதல். அதை நான் விரிவாகப் பேசியிருக்கிறேன். அது மட்டுமல்ல கடந்த சில ஆண்டுகளில் என்னுடைய சிந்தனையில் பெரும் தாக்கம் செலுத்திய ஜெர்மானிய தத்துவவாதிகளான நீட்சே, ஹைடெக்கர் ஆகியோரின் நிழலை நீங்கள் இந்த அத்தியாயங்களில் அங்கங்கே காணலாம். காதல் என்பது வெறுமனே தனிமனித தேடலோ, உறவாடலோ, சமூக பந்தமோ, செக்ஸுக்கான மார்க்கமோ மட்டுமல்ல. வாழ்க்கையின் தத்துவத்துடன் இணைந்த ஒரு நெறியே காதல். அதற்காகவே காதலின் தத்துவம் எனும் பகுதி ஒன்றையும் இணைத்திருக்கிறேன். என்னை பாதித்துள்ள உளவியலாளரான லக்கான், பின்னமைப்பியலாளரான தெரிதா, டெலூஸ் ஆகியோரின் கோட்பாடுகளையும் சற்றே அங்கங்கே பயன்படுத்தி இருக்கிறேன்.

சாதியை விட்டுவிட்டு நவீன காதலைப் பேச முடியாதல்லவா? அதையும் சுருக்கமாக அணுகியிருக்கிறேன்.

இந்தப் புத்தகத்தைப் படித்துவிட்டு உங்களுடைய கருத்துகளை சமூக வலைதளங்கள் வழி என்னுடன் பகிர்ந்துகொள்ளுங்கள். அல்லது மின்னஞ்சல் செய்யுங்கள்: *abilashchandran70@gmail.com*

அன்புடன்
ஆர். அபிலாஷ்

பொருளடக்கம்

எதற்காக இந்தப் புத்தகம்? 7

சுதந்திரக் காதல்

சமத்துவம் ஏன் இதயங்களைக் கல்லாக்குகிறது? 15
பல பெண்களை ஒரே சமயம் காதலிப்பது 25
கேரளத்துப் பெண்களை நோக்கி ஏன் ஈர்க்கப்படுகிறோம்? 30
காதல் தோல்வியுற்ற பெண்களின் உளவியல் 37
காதல் சந்திக்கும் சவால்கள் – குருதியும் ஊடகங்களும் 43
பாய் பெஸ்டிகளின் சங்கடம் 47
ஒரு பிரேக் அப்பின் போது... 51
கனவுக்குள் கனவாகத் தோன்றும் காதல் 59
எழுத்தாளனைக் காதலிப்பது 61

தாம்பத்தியக் காதல்

குடும்பத்துக்குள் காதல் 65
பெண்களும் திருமணமும் 78
சேர்ந்து வாழும் உறவு திருமணத்துக்கு மாற்றாகுமா? 82
குழந்தைப்பேறும் விவாகரத்தும் 95

சாதி

ஆணவக் கொலைகளின் அரசியல் 103
சாதி மறுப்புத் திருமணங்கள் 107

தேகம்-மோகம்

மோகம் ஏன் முப்பது நாள்? 115
"மோகம் ஏன் முப்பது நாள்?" –
பெருந்தேவியின் எதிர்வினை 123
பெண்களிடம் ஏன் உடலை மட்டும் கேட்க முடியாது? 126
இந்த உலகில் ஏன் அழகிகள் இல்லை? 129
இது ஒரு சின்ன விசயம்தானே? 140

பாலினம்

ஓரினக் காதலே நம் காலத்தின் அசலான காதலா? 147

அறிவுரைகள்

காதலர்களுக்கு 10 பதிந்துரைகள் 159
நாற்பது வயதில் காதலிப்போருக்கான 16 பொன்மொழிகள் 165

தத்துவம்

ஐ லவ் யூவைக் கட்டுடைத்தால் என்ன வரும்? 171
நவீன காதலின் தத்துவப் பிரச்சினை 173

இலக்கியம்

காதல் ‘மயக்கம்’ 181

கவிதை

அதனாலே காதலிக்கிறோம் 187

மொழியாக்கம்

சோகமான செக்ஸ் என்பது 191
காதலிப்பதும் மிஸ் பண்ணுவதும் 193
காதலும் அப்பாவின் பொறாமையும் 195

சுதந்திரக் காதல்

சமத்துவம் ஏன் இதயங்களைக் கல்லாக்குகிறது?

எச்சரிக்கை: இங்கு நான் பேசப் போகும் சமத்துவமானது உங்களுக்கு நன்கு பழக்கமான சமூக அரசியல் சமத்துவம் அல்ல. அசமத்துவமும் சமூக, அரசியல் அசமத்துவம் அல்ல. மனித தன்னிச்சையின் உருவாக்கத்திலும், உறவுகளின் அதிகார மட்டத்திலும் ஒரு அசமத்துவம் எப்போதும் இருக்க வேண்டியதாகிறது. அதுவே நான் குறிப்பிடும் 'அசமத்துவம்'.

இன்று என்னிடம் ஒரு புரோஜெக்டின் பொருட்டு பேட்டி எடுக்க சில மாணவர்கள் வந்திருந்தார்கள். அவர்களின் விவாதப்பொருள் மாற்றுத்திறனாளிகள் கல்விப்புலத்தில் ஏற்றுக்கொள்ளப்படுகிறார்களா, ஏதேனும் சிக்கல்களை அவர்கள் எதிர்கொள்ள நேர்கிறதா, அதற்குத் தீர்வு என்ன என்பது. பல சுவாரஸ்யமான கேள்விகள், ஒவ்வொன்றாய் ஆர்வமாய் பதிலளித்து வந்தேன். கடைசியாக ஒரு கேள்வி மாற்றுத்திறனாளிகளைப் பார்த்து அடுத்தவர் இரக்கப்படுவதைப் பற்றியது. அதுவே ஆக சுவாரஸ்யமான கேள்வி என்பதால் நான் அதற்கு அளித்த பதிலை மட்டும் இங்கு சொல்கிறேன்:

இரக்கம் என்பது அண்மையில் ரொம்ப மோசமான பெயரைப் பெற்றுவிட்ட ஓர் உணர்வு. மாற்றுத்திறனாளிகள் மட்டுமல்ல சாதி, மத, பால்நிலை ரீதியாக ஒடுக்கப்படுவோர் கூட இரக்கத்தை விரும்புவதில்லை. "இரக்கப்படாதீர்கள், வேண்டுமானால் புரிந்துகொள்ளுங்கள்" என்பது அவர்களின் கோரிக்கையின் அடிநாதம். "எங்களை சமமாக நடத்துங்கள்" என்பது மறைமுகமான வேண்டுதல். ஒருவரை சமமாக நடத்த வேண்டும் என்பது இன்றைய ஜனநாயகச் சூழலில் முக்கியமான தேவை என்பதை நான் மறுக்கவில்லை, ஆனால் மானுட உறவாடலில் அப்படி சமத்துவம் சாத்தியமா என்பதில் எனக்கு பல கேள்விகள் உண்டு. நண்பர்கள், காதலர்கள், கணவன்-மனைவி, சக பணியாளர்கள், குடும்ப உறுப்பினர், சகோதரர்கள், சகோதரிகள் எல்லாரும் சமமாகவா இருக்கிறார்கள்? இல்லை. இந்த உறவுகள் ஆரோக்கியமாக இருக்கிறதென்றால் அங்கே சமத்துவம் இல்லை என்பதே பொருள்.

ஒரு உறவுக்குள் சமத்துவம் வந்ததும் அங்கு ஒரு இறுக்கமும் கசப்பும் வந்து விடுகிறது. சில நேரம் கணவன்-மனைவியிடையே சமத்துவம் வந்ததும் விவாகரத்துக்கு / பிரிவுக்கு விண்ணப்பிக்கிறார்கள். பிள்ளைகள் உங்கள் தோள் உயரத்துக்கு வளர்ந்ததும் மனதளவில் உங்களிடம் இருந்து விலகுகிறார்கள். நண்பர்கள் எல்லா விசயத்திலும் ஒத்திசைவு பெற்றதும் பரஸ்பரம் வெறுக்கத் தொடங்குகிறார்கள் - இவன் நானல்ல, இவன் நானல்லாது இருக்கக் கூடாதா என மறைமுகமாக ஏங்குகிறார்கள். அடுத்து கருத்தொற்றுமை இல்லை எனக் காரணம் காட்டி விலகுகிறார்கள். விலகி இருக்கும் காலத்தில் இருவரும் வேறு வேறு எனப் புரிந்ததும் மீண்டும் இணைகிறார்கள்.

அசோகமித்திரன் குறித்த இந்த ஜோக் முக்கியமானது - அவருக்கு உடல் நலமில்லை என செய்தி கசிகிறது. அவர் வயதானவர். ஆகையால் நண்பர்கள் பதற்றமாகிறார்கள். செய்தி பரவுகிறது. இரு நண்பர்கள் அவரைக் காண்பதற்காக அவரது வீட்டுக்குச் செல்கிறார்கள். கதவைத் தட்டுகிறார்கள். கதவு

திறந்தால் அங்கு முன்னே நிற்பது சாட்சாத் அசோகமித்திரனே தான். இருவரும் திகைக்கிறார்கள். அசோகமித்திரன் உடனே "என்ன ஏமாற்றமாகிவிட்டதா?" என்று முகத்தை ரொம்ப சீரியஸாக வைத்துக் கொண்டு கேட்கிறார். "உங்களுக்கு உடல் நலமில்லை என்றார்களே? அதான் பார்க்க வந்தோம்." உடல் நலமில்லைதான், ஆனால் அதற்கு நான் படுத்த படுக்கையாக இல்லை" என்கிறார் அ.மி. ஒருவருக்கு உடல் நலமற்றுப் போகும் போது நாம் கவலைப்படும் அளவுக்கு உள்ளுக்குள் மகிழவும் செய்கிறோம். அப்போது அவரை ஒரு குழந்தையைப் போல நடத்த, "கவனிக்க" நமக்கு ஒரு வாய்ப்புக்கிட்டுகிறது. முன்பிருந்த அந்த ஆள் இப்போது அங்கிருப்பதில்லை; பலவீனப்பட்ட ஒரு உடல் நம் முன் படுத்துக்கிடக்கிறது. நம் இரக்கம் கண்களில் நீராகிச் சொரிகிறது. அவருக்கு ஏதாவது செய்ய நாம் பரபரக்கிறோம். அவருக்கும் நமக்கும் ஜென்மப்பகை இருந்தால் கூட அதை ஒரு நொடி மறந்துவிட்டு அன்பு பாராட்டுகிறோம். ஏனென்றால் சமத்துவம் முழுக்க காலியாகி அங்கே அந்த நபரின் தன்னிலை இல்லாமல் ஆகிறது. பல நாட்களாகப் பேசாமல் கடும் குரோதத்துடன் திரியும் கணவன் மனைவியிடையே ஒருவர் நோயுற்று விழுந்து விட்டால் உடனே நேசம் மீண்டும் துளிர்த்துவிடும். விழுந்து விழுந்து கவனிப்பார்கள். "ஜுரம் கிரம் வந்து நான் நாலு நாள் படுத்துக்கிட்டா பரவாயில்லைன்னு படுது" என என்னிடம் ஏக்கமாகப் பேசும் தோழிகள் உண்டு. அவர்களின் ஆசையெல்லாம் யாரையாவது தாம் சில நாட்கள் எந்த நிபந்தனையுமற்று சார்ந்திருக்க வேண்டும் என்பது. அன்புக்கான ஏக்கம் பல சமயங்களில் சமத்துவமின்மைக்கான ஏக்கமே.

சமநிலை குலையும்போதே நாம் ஒருவரின் தேவையை உணர்கிறோம்; அவரது அருகாமைக்காக ஏங்குகிறோம். என் உடல் எனக்குப் போதாது, நாம் சமமற்று இருக்கிறேன் என்பது தானே பாலியல் இச்சை ஆகிறது? சமநிலைக்குலைவு தானே நம்மைக் கண்ணீர் விட்டு அழச் செய்கிறது? அதுதானே மற்றொருவரை அணைத்து "நான் இருக்கிறேன்" என ஆறுதல் சொல்லச் செய்கிறது. அப்போது சமநிலை ஒரு நொடி மீண்டும்

மீள்கிறது. அடுத்து குலைகிறது. நாம் தத்தளிக்கிறோம். நாம் தத்தளிக்கத் தத்தளிக்க நமது அன்பு, பாசம், காதல், அக்கறை, கனிவு எல்லாம் உயிர்ப்புடன் இருக்கிறது.

ஆனால் இன்னொரு பக்கம், மானிட உறவுகளில் சமத்துவம் தோன்றும்போது நம் உணர்ச்சிகள் மரத்துப்போகின்றன. நாம் சுய-பிரக்ஞையுடன் செயல்படத் தொடங்குகிறோம். மனம் கரைந்து நெகிழ்ந்து பேச முடியாது போகிறது. “என்னை இவன் / இவள் மதிக்கிறானா / ளா?” என்னும் கேள்வி நமக்குள் எழுகிறது. அங்கு மற்றொரு பிரச்சனை - எனக்கு எதிர்த்தரப்பு தனி மரியாதை தர வேண்டுமெனில் அங்கு ஒரு சமநிலைக்குலைவு ஏற்பட்டே ஆக வேண்டும். ஏனென்றால் உறவுநிலையில், அந்தரங்கமான, அன்பான உறவுநிலையில், விலகி நின்று கைகூப்புவதல்ல சமநிலை. அங்கு சமநிலையின் பொருளே வேறு. சொல்லப்போனால் அந்தரங்க உறவுகள் ஒவ்வொன்றுமே சமத்துவமின்மையை நம்வசம் கோருகின்றன.

சமநிலைக்குலைவுக்கும் சமத்துவத்துக்கும் இடையில் தோன்றும் பிரத்யேக உணர்ச்சிதான் இரக்கம். இரக்கமே நம்மை தன்னைத் தாழ்த்திக் கொள்கிறவரை நோக்கி இரு கைகளை நீட்டி அரவணைக்கத் தூண்டுகிறது. இரக்கமே நம்மை பதிலுக்கு கண்ணீர் விடச் செய்கிறது. இரக்கமே “இவருக்கு எதாவது பண்ண வேண்டும்” என ஆவேசத்தை அளிக்கிறது (கருணை என்கிற ‘ஆன்மிக’ உணர்வை நான் இங்கே குறிக்கவில்லை). நமக்கு ஒரு குழந்தையைப் பார்த்ததும் அள்ளிக்கொண்டு கொஞ்சத் தோன்றுகிறதே ஏன்? அது பலவீனமாக தம் உதவியை நாடும் நிரந்தர நிலையில் இருப்பதால். நீங்கள் அள்ளிக் கொண்டு கொஞ்சித் திணறடித்த பிறகு குழந்தை அழுகையை நிறுத்தி உங்கள் தோளில் இருந்து இறங்கிவிடத் துடிக்கிறதே ஏன்? அது இப்போது பலவீனமாக இல்லை, இப்போது அது (தற்காலிகமாக) சமமாகிவிட்டது என்பதால். நம்மால் அதை ஏற்க முடிவதில்லை. நாம் அதை மீண்டும் அள்ளியெடுக்க நினைக்கிறோமே ஏன்? நம்மால் அது சமமாகி விட்டதை நம்ப முடியாததால்.

தெருவில் இறங்கிப் போராடுகிறவர்களுக்கு குண்டாந்தடிகளால் அடிபடும்போதுதான் நாம் அவர்களுடன் சேர்ந்து நிற்க நினைக்கிறோம். ஒருவர் குடும்பத்துடன் பெட்ரோல் ஊற்றிக் கொளுத்திக்கொண்டு சாகும்போதுதான் மொத்த சமூகமும் அவர்களுக்காகக் கொதித்துப்போய் குரல் கொடுக்கிறோம். எனக்கு சாப்பிடணும் காசு கொடு என்று ஒருவர் கேட்டால் முறைத்துவிட்டு கடந்துவிடுவோம். ஆனால் பசிக்கிறது என அவர் கேட்டால் நம்மால் அப்படிக் கடந்து விட முடியாது. ஒரு தலைவர் ஒருநாள் உண்ணாநிலைப் போராட்டம் பண்ணினால் சிக்கலில்லை. ஆனால் காலவரையற்ற போராட்டமாக அது சில நாட்கள் நீடித்தால் மொத்த மாநிலமும் அவருக்காகப் பதறிப்போகும்.

தன்னைப் பல விதங்களிலும் தாழ்த்திக்கொண்டு, சிறுகச் சிறுகச் அழித்து உடலைத் துன்புறுத்திக்கொண்டு அதை ஒரு போராட்ட மார்க்கமாகவே மாற்றிய, மக்களின் குரோதங்களை, மற்றமை மீதான வெறுப்பை உண்ணாவிரதம் செய்தே கரைத்த, சுய வதையால் மொத்த தேசத்தையும் தன் பக்கம் ஈர்த்து, பின்னர் மகாத்மாவாகி சமநிலைக்குலைவை மக்கள் பக்கமாய்த் திருப்பி அவர்களையும் தன்னைப் போல "பலவீனப்பட்டவர்களாக்கினார்" ஒருவர். அதற்கு அவர் அஹிம்சை எனப் பெயரிட்டார். ஆம், நான் காந்தியைப் பற்றித்தான் பேசுகிறேன். இந்தியாவுக்குச் சுதந்திரம் கிடைத்த பிறகு அதுவரையில் தான் தொடர்ந்து பயன்படுத்தி பாதிக்கப்பட்ட, அடிவாங்குகிற தரப்பை அந்த மகான் இழந்தார். அதன் பிறகு, குறிப்பாக பிரிவினையின்போது, அவரது அரசியல் மக்களில் ஒரு சாராருக்குக் கொதிப்பையும் கோபத்தையும் அவர்பால் ஏற்படுத்தியது, மறுசாராருக்கு அவர் மீதான ஈர்ப்பும் அக்கறையும் குறைய ஆரம்பித்தது. மக்களால் காந்தி மீது இரக்கப்படவோ தன்னை காந்தியால் இரக்கப்படத்தக்கவர்களாக ஆக்கவோ இல்லை. ஒரு பொது எதிரி மறைந்திருந்தான். அப்போது கோட்ஸேயின் வடிவில் காந்திக்கு ஒரு "தீர்வு" கிடைத்தது; கோட்ஸேவின் துப்பாக்கி காந்தியை மீண்டும் ஒருமுறை அழித்தது, அவர் மீது தீராத

இரக்கமும் இழப்புணர்வும் தேசம் முழுக்க அலையென எழ உதவியது. "சிலுவையில் ஏற்றப்பட்ட" அந்தத் தருணம் காந்தியை நிரந்தரமாக நாம் இரங்கி மனம் கசிய வணங்கும் நாயகனாக்கியது. தனது இன்மையே தன்னை மக்களிடத்து இணக்கமாக்கும், தன் சேதியை உணர்வுவேகத்துடன் கொண்டு சேர்க்கும் என அந்த மகான் அறிந்திருந்தார். அதனாலே மரண வாசனையை உணர்ந்தும் கூட அவர் அதற்காக பிர்லா மந்திரில் காத்திருந்தார்.

சமநிலைக்குலைவைப் போன்றே இரக்கமும் நாடகத்தனமானது தான். சமநிலையின்மை ஒரு போலியான மனநிலை என்பதைப் போன்றே இரக்கமும் ஒரு செயற்கையான உணர்ச்சி தான். ஆனால் இந்த இரண்டும் இன்றி நம்மால் ஒரு உறவுக்குள் உயிர்த்திருக்க சாத்தியமாவதில்லை. இந்த இரண்டும் இல்லாத போது ஒரு தரப்பு மற்றதை நோக்கி "இதயமற்றவன்" என்கிறது; மற்றது இதை நோக்கி "என்னை உனக்குப் புரியவில்லை". இரண்டு தரப்புமே கடலில் மிதக்கும் இரு பனிப்பாறைகளாகி மெல்ல மெல்ல விலகிச் செல்கின்றன.

மகிழ்ச்சியின் போது என்னவாகிறது? இதேதான் - நான் மிகுதியான மகிழ்ச்சியில் இருக்கிறேன், எனக்குப் போதவில்லை, நீயும் என்னுடன் சேர்ந்து கொள்கிறாயா, என்னை நிரப்புகிறாயா என நாம் வேண்டுதல் விடுக்கிறோம். உண்மையில் நாம் மகிழ்ச்சியை யாருடனும் பகிர்வதில்லை. மகிழ்ச்சியை ஒரு துணையுடன் சேர்ந்து பன்மடங்காக்குகிறோம். ஒரு நிறைவின்மையை நிறைவாக்குகிறோம். மகிழ்ச்சியின் மையத்தில் உள்ள துயரமும் இதுவே.

மிகுந்த மகிழ்ச்சியின் போதுதான் மனிதன் தன் தனிமையைச் சட்டெனத் தொட்டறிகிறான். வெற்றிக் கொண்டாட்டம் என்பதே இதற்காகக் கண்டுபிடிக்கப்பட்டது தானோ! கொண்டாட்டத்தை (அல்லது பார்ட்டியை) ஏற்பாடு செய்கிறவன் - "மகிழ்ச்சிக்குக்" காரணமானவன் - "நான் மகிழ்ச்சியாக இல்லை, நான் மகிழ்ச்சியாக இல்லை" என பிரகடனம் செய்கிறான். ஆட்கள் தன்னைச் சுற்றி கத்தி

ஆர்ப்பரிக்கத் தொடங்கியதும் தான் தனியாக இருப்பதாக அவனுக்கு ஒரு கணம் தோன்றுகிறது; அவர்களுடன் போய் இணைந்து கொண்டதும் அவனது மகிழ்ச்சி மீள்கிறது. அவன் மகிழ்ச்சியானவன் என்றாலும் மகிழ்ச்சியற்ற தன் நண்பர்களிடம் அவன் தன்னை தாழ்த்திக் கொள்கிறான். அவர்கள் பூரிப்புடன் அவன் மீது “இரக்கம்” காட்டுகிறார்கள். தாழ்வில் இருந்து மேட்டுக்கு அவனைக் கைப்பிடித்து ஏற்றிவிடுகிறார்கள்.

இரக்கம் என்பது இந்த வாழ்க்கை நமக்கு அளித்த கொடை எனத் தோன்றுகிறது. இரக்கத்தைத் தனியாகப் பார்க்கும் போது, அதை உறைய வைத்து “நம்மை இப்படி மதிப்பிடுகிறார்களே” என “இரங்கும்” போது தான் நமக்கு வெறுப்பும் கோபமும் இரங்குபவர் மீது வருகிறது. நான் இரங்கத்தக்கவன் அல்ல என கூவத் தோன்றுகிறது. ஆனால் இந்த உலகில் ஒவ்வொருவரும் இரங்கத்தக்கவரே எனப் புரிந்துகொண்டால் இத்தகைய சிக்கல்கள் இராது. மாற்றுத்திறனாளியாக நான் காட்சிபூர்வமாகவே மக்களின் இரக்கத்தைத் தூண்டுகிறேன். என்னை நோக்கி “இரங்கும்படி” நான் யாரையும் கைப்பிடித்து இழுக்கத் தேவையில்லை. அவர்களாகவே என்னை நோக்கி வருகிறார்கள். நான் ஒரு இரக்கக் “காந்தம்”. எங்களிடையே ஒரு உறவாடல் துவங்கும் போது அந்த இரக்கம் மறைந்து அது அன்பாகப் பரிமளிக்கிறது. தொலைவில் இருந்து வெறித்துப் பார்க்கிறவர்கள் மட்டுமே என்னை ஒரு மற்றமையாக்குகிறார்கள், அவர்கள் என்னை எரிச்சலூட்டுகிறார்கள்.

தற்போது பணி செய்யும் இடத்தில் நான் வந்ததுமே, முதல் ஐந்து நிமிடங்களிலேயே, நான்கு நண்பர்கள் அமைந்துவிட்டார்கள். இது எனக்கு முன்பு நிகழ்ந்ததில்லை. ஏனெனில் முன்பு நான் சக்கர நாற்காலி பயன்படுத்தியிருக்கவில்லை. சக்கர நாற்காலி இரு மனிதர்களுக்கு இடையில் தோன்றுகிற ஈகோ எனும் கோட்டைச் சுவரைத் தகர்த்துவிடுகிறது. சக்கர நாற்காலியில் அமர்ந்திருக்கும் நான் அவர்களை இரக்கப்பட அனுமதிக்கிறேன், அவர்கள் என்னை நிரப்பிட தயக்கமின்றி வருகிறார்கள். ஒரு மனிதனின் ஊனம் வெறும் ஊனம் இல்லை. அது அடுத்தவரின் இதயத்துக்குள் நுழைய அவன் வைத்திருக்கும் சாவி. அதுவே

தான் என் ஊனத்தை அழிக்கும் சாவியும்.

நம் சமூகத்தில் மாற்றுத்திறனாளி எனும் சொல் துவங்கி பல்வேறு விதங்களில் மற்றமைகள் (பெண்கள், தலித்துகள், சிறுபான்மையினர்) தொடர்ந்து அரசியல்வயப்படுவதை, அரசியல் சரித்தன்மைக்குள் போய் மாட்டிக் கொள்வதைக் காண்கிறோம். இது இரக்கத்தை ஒழித்து அந்த இடத்தில் ஒரு போலியான எந்திரத்தனமான மரியாதையைக் கொண்டு வருகிறது. வெளியே சாதி ஒழிய வேண்டும் என்றுவிட்டு மற்றொரு பக்கம் இன்னும் கெட்டியாக சாதியைப் பற்றிக் கொள்ளச் செய்கிறது; பெண் சமத்துவத்துக்காக விழுந்து விழுந்து பேசிவிட்டு முடிந்தவரையில் அவர்களைக் கீழாகவே நடத்தச் செய்கிறது. இந்த எந்திரத்தனம் நமது ஆன்மாவையே அரித்துவிட்டது. எதிர்காலத்தில் இந்த எந்திரத்தனம் மாற்றுத்திறனாளிகளிடத்தும் வந்துவிடக் கூடாது என விரும்புகிறேன். நான் இந்த மரியாதையைத்தான் நான் வெறுக்கிறேன். நான் மரியாதையின் இடத்தில் என்றுமே இரக்கத்தை எடுத்துக்கொள்வேன்.

இங்கிருந்து நாம் காதலுக்கு வரலாம்.

ஒரு குழாயைத் திறந்ததும் நீர் பாய்கிறது. எங்கே பாய்கிறது? கீழ்நோக்கி. காதலும் அப்படியான ஒரு நிகழ்வே. அது எப்போதும் உயரத்தில் இருந்து பள்ளத்திற்குப் பாய்கிறது. கீழ்நோக்கிப் பாய்கிறவர், தன்னை ஒப்புக்கொடுக்கிறவர் ஆணாகவோ பெண்ணாகவோ இருக்கலாம், ஒரு உறவுக்குள் இந்தப் படிநிலை மாறிக்கொண்டே இருக்கும். எந்த உறவில் நெகிழ்ச்சி அதிகமாக உள்ளதோ, எங்கு ஆதிக்கம் செலுத்துவது, விட்டுக்கொடுப்பது, விட்டுக்கொடுத்தவர் ஆதிக்கம் செலுத்தி ஆதிக்கம் செலுத்தியவரை பணிய வைப்பது தொடர்ந்து நிகழ்ந்துகொண்டே இருக்கிறதோ அந்த உறவில் மகிழ்ச்சியும் பரஸ்பர நம்பிக்கையும் பிடிப்பும் அதிகமாகும். ஆனால் இது ஒரு விளையாட்டு எனும் புரிதல் இருவருக்கும் உள்ளுக்குள் இருந்துகொண்டிருக்க வேண்டும். குத்துச்சண்டையில் ஸ்பாரிங் பயிற்சி பண்ணுவதைப் போல. பொதுவாக ஸ்பாரிங்கில் நீங்கள் என்னதான் முழு ஈடுபாட்டுடன் மோதினாலும் அது ஒரு

'போட்டி' அல்ல, அங்கு எதிராளி என்பவர் உங்கள் நண்பர், அவரை நாக் அவுட் செய்ய வேண்டியதில்லை எனும் கவனம் இருக்கும். காதலிலும் நீங்கள் உங்கள் காதலன் / காதலியிடம் கோபிப்பது, புகார் சொல்வது, தொணதொணப்பது அன்பு காட்டுவது, மன்றாடுவது, கொஞ்சுவதற்கு இணையாகவே இருக்க வேண்டும். ஆனால் அந்த இரண்டிலும் நீங்கள் மிதமிஞ்சி ஈடுபட்டால் அது இருவருக்கும் துன்பத்தையே தரும். குறிப்பாக இன்றைய காலத்தில் சில ஆண்கள் தமது காதலியிடம் எதிர்மறை உணர்வுகளை - ஏமாற்றம், வருத்தம், கோபம் - காட்டவே அஞ்சுகிறார்கள்; அது ஒரு மனஸ்தாபத்துக்கு, சண்டைக்கு வழிவகுக்கும் என ஒரு பயம். அதனாலே எல்லாவற்றையும் முழுங்கிக்கொள்கிறார்கள் அல்லது ஒதுங்கிச் செல்கிறார்கள். உங்களுடைய அந்தத் தயக்கமான தவிர்த்தல் பெண்களுக்கு ஒரு நடிப்பாகத் தெரியும். பெண்களுக்கு காதலில் போலித்தனத்தை மோப்பம் பிடித்தறிய சில நொடிகள் போதும். அவர்கள் மெல்ல மெல்ல உங்களிடம் ஏமாற்றம் கொள்வார்கள், அந்த ஏமாற்றம் பின்னர் வெறுப்பாக மாறும். இதை நான் மட்டுமல்ல சொல்வது, *Dialogues* நூலில் சாக்ரடீஸ் தான் காதலிப்பவரை தான் எவ்வளவுதான் புகழ்ந்தாலும் அவருக்குத் தன்னைப் பிடிக்காமல் போகிறது எனப் புலம்பும் ஒரு இளைஞனிடம் இந்த அறிவுரையை வழங்குகிறார்.

அதனால் உணர்ச்சிகளைச் சுதந்திரமாகத் தயக்கமின்றிக் காட்டுங்கள். அதே நேரம் கசப்பான கோபமான சொற்கள் அவர்களைப் பற்றின உங்கள் கருத்தின், தீர்மானத்தின் வெளிப்பாடாக, அவர்களுடைய சுபாவம், ஒழுக்கம், தோற்றம் பற்றின உங்கள் விமர்சனமாக இருக்கக் கூடாது. "நீ இப்படித்தான்" எனக் கசந்து கொண்டாலும் அது ஒரு கடும் குற்றச்சாட்டாக இல்லாதபடி பார்த்துக்கொள்ளுங்கள். நான் ஏற்கனவே சொன்னேனே, இது ஒரு விளையாட்டு. எப்படி நிஜ விளையாட்டில் எதிராளியைக் காயப்படுத்தக் கூடாதோ காதல் விளையாட்டிலும் அது கூடாது. ஏனென்றால் ஒரு தவறான சொல், அபிப்ராயம் - அதை நீங்கள் முழுமையாக நம்பிச் சொல்லவில்லை என்றாலும் - அவர்களுடைய மனதில்

போய் ஆழமாய்ப் பதிந்திருக்கும். அது உங்கள் உறவை பலவீனப்படுத்தும்.

அதனால் கோபப்படுங்கள், தொடர்ந்து எதிர்பார்ப்புகளை வெளிப்படையாக வையுங்கள், ஏமாற்றங்களை வருத்தங்களைக் காட்டுங்கள், ஆனால் கனிவாக, கண்ணியமாக இருங்கள். ஒரு காதலன் எப்போதும் அன்பானவனாக, இனிமையானவனாக இருக்கையில் ஒரு பெண்ணுக்கு அலுத்துவிடுகிறது, இவன் பொய் சொல்லுகிறானோ என சந்தேகம் வருகிறது (பெண்களின் மனதுக்குள் ஒரு தாழ்வுணர்வு எப்போதும் உண்டு.), முக்கியமாக இவன் தகுதியில் குறைந்தவனோ எனும் எண்ணம் துளிர்க்கிறது. அதனால் கொஞ்சம் பந்தா பண்ணுங்கள், தப்பில்லை. அரசியல் சரித்தன்மை ஒருவித நாகரிகமாகப் பார்க்கப்படும் இந்தக் காலத்தில் இதை வலியுறுத்திச் சொல்ல வேண்டியிருக்கிறது.

சமத்துவத்தைக் காதலில் பாவிக்க முயல்வதைப் போன்ற தவறான யுக்தி வேறில்லை. சமத்துவம் ஒரு உறவின் ஜீவனை உறிஞ்சி விடும். தமக்குள் இருக்கும் இன்மையை பரஸ்பரம் நிரப்புவதே காதல் எனில் அங்கே இருவரும் எப்படி அப்பழுக்கற்றவர்களாக, முழுக்க நிறைவானவர்களாக பாவிக்க முடியும்? முழுமையாக பரஸ்பரம் அங்கீகரித்து விட்டால் அங்கு காதலுக்கு என்ன வேலை? சமூக உறவுகளில் எப்படி இரக்கத்தை பாவிப்பது ஒரு மனிதனைக் கேள்வியின்றி ஏற்றுக்கொள்ள நமக்குத் தேவையிருக்கிறதோ அப்படித்தான் காதலிலும். ஒரே வித்தியாசம் காதலில் இருவரும் பரஸ்பரம் தன்னிரக்கத்தை வெகு நுட்பமாக உணரத் தூண்டுகிறார்கள், அது அவர்களை நெகிழ, அழ, மகிழ, சிரிக்க வைக்கிறது. தன்னிரக்கம் தற்பெருமையாக மலருகிறது. சமத்துவத்துக்கு இங்கு இடமே இல்லை.

சமத்துவம் எனும் லட்சியத்திற்கு இலக்கியத்திலும் அரசியல்வாதிகளின் போலி வாக்குறுதிகளிலும் மட்டுமே இடமுண்டு. வாழ்தலும் இருத்தலும் சமத்துவத்திற்கு எதிரானது. முக்கியமாக உறவின் கூடாரத்துக்குள் சமத்துவம் எனும் ஒட்டகத்தின் முகம் நுழைய அனுமதித்தால் காதலை அது வெளியே தள்ளிவிடும்.

பல பெண்களை ஒரே சமயம் காதலிப்பது

பலதார மணம் *(polyandry)* போல பல-இணை காதலுறவு *(polyamory)* என ஒன்று உள்ளது. *Cuffing Lounge* என ஒரு கிளப்பில் (கிளப் ஹவுஸ்) இன்று அதைப் பற்றி நிறைய கறுப்பின ஆண்கள், சில கறுப்பின மற்றும் வெள்ளையினப் பெண்கள் சேர்ந்து புலம்பிக்கொண்டிருந்தனர். பெண்கள் அநேகமாய் அதை எதிர்த்தார்கள். ஆண்களில் கணிசமானோர் வெளிப்படையாக அதை ஆதரித்தார்கள். ஆண்கள் சொன்ன காரணம் பல பேரிடம் காதல் வருவது அல்லது குறைந்த பட்சம் ஒன்றுக்கு மேலானோரிடம் காதல் கொள்வது மனித இயல்பு. இன்றுள்ள ஒருதார முறையில் அப்படி ஒரு திருமணம் மீறிய உறவு தோன்றும்போது அதை மறைத்து வைக்க வேண்டி உள்ளது; அது அவமானமாக நெருக்கடியாக இருக்கிறது என்பதே. திருமண உறவை முறிக்கலாம் என்றால் அதற்கு விவாகரத்துக்கு விண்ணப்பிப்பது, சான்றுகள் சமர்ப்பித்து வழக்கு நடத்துவது என நரகமாகிவிடுகிறது; வேறு வழியில்லாமல் இரட்டை முகத்துடன் வாழவேண்டி இருக்கிறது எனத் தம்மையே சபித்துக் கொண்டனர். இவர்கள் தமது தாத்தா, தந்தை ஆகியோர் எப்படி இரண்டு மனைவியருடன் நிறைய

குழந்தைகளுடன் மகிழ்ச்சியாக நிம்மதியாக இருந்தார்கள் என்று ஏக்கப்பெருமூச்சு விட்டனர். இதை எதிர்த்த பெண்டிர் விவிலியத்தில் இது ஏற்கப்படவில்லை, கடவுள் முதலில் ஒரு ஆணைப் படைத்தவுடன் அவனுக்குத் துணையாக ஒரு பெண்ணைப் படைத்தாரே அன்றி இரண்டு மூன்று பெண்களை அல்ல என அபத்தமாக பரலோகப் பிதாவை எல்லாம் பஞ்சாயத்துக்கு இழுத்தார்கள்.

இந்த கிளப் ஹவுஸ் அரட்டையைக் கவனித்தபோது ஒன்று புரிந்தது: ஆண்கள் பல-இணை காதல் உறவை இன்பத்தை பெருக்கும் ஒரு வழியாகக் காண்கிறார்கள். அதிலுள்ள சுதந்திரமும் அவர்களுக்குப் பிடித்திருக்கிறது. பெண்கள் இதை வெளிப்படையாகப் பேச விரும்பவில்லையா அல்லது அவர்கள் திருமண உறவைத் தம் பாதுகாப்புக்காக ஆதரிக்கிறார்களா எனத் தெரியவில்லை. அவர்கள் தமக்கு சமூகத்தில் உள்ள மதிப்பு, கற்பு, சம்பிரதாயம், மதம் எனும் வட்டத்துக்குள் நின்றபடி இதைப் பார்ப்பதாகக் காட்டிக்கொள்கிறார்கள். ஆண்களும் அப்படித்தான், ஆனால் கற்பு சார்ந்த நெருக்கடிகள் தமக்கில்லை என்பதால் ஒரே நேரத்தில் பல துணைகள் என்பது திறந்துகிடக்கும் மிட்டாய்க்கடை போல இருக்கும் என கற்பனை செய்கிறார்கள் என நினைக்கிறேன். ஆனால் யாருமே ஒரு பெண்ணின் தரப்பில் இருந்து பல-இணை காதல் உறவைப் பார்க்கவில்லை. ஒரு ஆண் தன் காதலிக்கு பல காதலர்கள் இருப்பதை, தன் வீட்டில் அவளுடன் பல ஆண்கள் வசிப்பதை விரும்புவானா? தன் காதலி தனக்கு அளிக்கும் நேரத்தை பலருடன் பகிர்ந்துகொள்வதை ஒரு ஆண் ஒப்புக்கொள்வானா? சந்தேகமே. ஆண்களின் இந்தச் "சுதந்திர தாகத்துக்குப்" பின்னால் ஒரு பாசாங்கு உள்ளது. அதை வெளிப்படையாக ஒப்புக்கொள்ள அவர்கள் தயாரில்லை.

எது எப்படியோ, என் பார்வை என்ன?

திருமணம் எனும் சட்டகத்தைக் கடந்து பல-இணை உறவு என்பது ஓர் அற்புதமான சாத்தியம் என சிலருக்குத் தோன்றலாம். ஆனால் எத்தனை இணையர் இருந்தாலும்

அதனால் இன்பம் பல்கிப் பெருகாது என நினைக்கிறேன். உடல் சார்ந்த ஆண்-பெண் உறவில் பொறாமையும் மீயுடைமை உணர்வும் *(possessiveness)* இருந்தே ஆகும். ஆக, சமூகப் பண்பாட்டு கட்டமைப்புகள் தோதாக இருக்கும் போது மட்டுமே சுதந்திரமான பாலுறவு, பல-இணைகளைக் கொண்ட காதல் சாத்தியமாகும். அப்படியான சமூகங்கள் நம் பழங்குடியினர் இடையே இருந்ததாக, அதுவே ஆதி ஆண்-பெண் உறவுத் தோற்றம் என ஏங்கல்ஸ் தனது "குடும்பம், தனிச்சொத்து, அரசு ஆகியவற்றின் தோற்றம்" நூலில் குறிப்பிடுகிறார். ஆனால் இன்று அது சாத்தியமாகாது. மாறாக பலதார மணத்தையே இந்த ஆண்கள் மறைமுகமாக பல-இணை உறவின் பெயரில் விழைகிறார்கள் என நினைக்கிறேன்.

அடுத்து, நிறையப் பேரிடத்து மனம் இச்சைகொள்வது இயல்பே. நம் உடல் அவ்வாறே படைக்கப்பட்டிருக்கிறது. ஆனால் அது குறைவான மக்கள் ஒரு பகுதியில் வாழ்ந்த வனாந்திரச் சூழலில் ஒரு சிறிய இனக்குழுக்குள் ஒரு ஆண் தேர்வு செய்யக்கூடிய பெண்களின் எண்ணிக்கை குறைவாக இருக்கையில் சிக்கல் இராது (இதை நீங்கள் ஒரு தெருவில் அல்லது ஒன்றிரண்டு தெருக்கள் இணைந்த பகுதியில் வாழும் நாய்கள் இடையே உள்ள உறவைக் கொண்டே கணிக்கலாம். எந்த நாயும் ஆயிரம் ரெண்டாயிரம் விடுங்க நூறு இருநூறு இணைகளைக் கொண்டிருப்பதில்லை. நான்கைந்தே அதிகம்.) தொழில்நுட்ப, பயண வசதிகள் அதிகமாகிய உலகமே ஒரு கிராமமாக சுருங்கிய இன்றைய உலகில், மனிதனை இது முடிவற்ற அலைச்சலுக்கும் தீராத நெருக்கடிக்கும் ஆளாக்கும் என நினைக்கிறேன். அவன் நிம்மதியற்றவனாவான்.

நான் காதலை உடல் வேட்கையைத் தணிப்பதற்கும் உறவுக்குள் அர்த்தத்தை நாடும் முயற்சியாகவுமே பார்க்கிறேன். பணம், உடல்நிலை, சமூக ஆதரவு, அதிகாரம் என பல சங்கதிகளைச் சார்ந்து தோன்றும் உறவு இது. ஆகையாலே இது நிரந்தரமானது அல்ல. இதை மகத்துவப்படுத்தாமல், ரொமாண்டிசைஸ் பண்ணாமல் இயல்பாக எடுத்துக் கொள்வது மன ஆரோக்கியத்துக்கு நல்லது என இத்தனை ஆண்டு கால

அனுபவத்தில் புரிந்துகொண்டிருக்கிறேன். ஒருவரை மிதமிஞ்சி விரும்புகிறோம், அவரைக் குறித்து அடிக்கடி நினைத்துக் கொள்கிறோம் என்றால் மிகப்பெரிய துயரத்துக்குள் நாம் விரைவில் விழப்போகிறோம் எனப் பொருள். புக்காவஸ்கி தன் நாவல்களில் சொல்வதைப் போல பெண்ணுடல் வெறும் ஒரு உடல் தான். ஆளுமையாகவும் பெண்கள் எல்லா மனிதர்களையும் போலத்தான். எந்த பிரத்யேக முக்கியத்துவமும் அளிக்காமல் ஒரு பெண்ணை நடத்தும் போதே அவளுக்கு மரியாதை அளிக்கவும், சமத்துவமாக அவளை நடத்தவும் முடியும்; நாமும் மகிழ்ச்சியாக இருக்க முடியும். ஆனால் ஆண்களால் இது எப்போதும் முடிவதில்லை. இன்றைய ஆண்கள் ஒரு பக்கம் கற்பனாவாத மிகையாலும், மிதமிஞ்சிய போக வேட்கையாலும், இன்னொரு பக்கம் அரசியல் சரித்தன்மை பயத்தாலும் நடத்தப்பட்டு இருகூறாகப் பிரிந்து கிடக்கிறார்கள். தன்னம்பிக்கையற்ற, தயக்கமான இரட்டை முகம் கொண்ட வேட்டையாடியைப் போலிருக்கிறார்கள். இரையை அடையத் தயங்கித் துரத்திச் சென்று துன்புறுத்திப் பின்னர் விலகி மற்றொரு இரை பின்னால் ஓடுகிறார்கள். எப்போதும் முரட்டுத்தனத்தாலும் அதிருப்தியாலும் நிறைந்திருக்கிறார்கள். இரையென்பது வேட்டை இன்பத்துக்காக அல்ல, பசிக்காக மட்டுமே என அறிந்த வேட்டையாடி, தனக்காக உணவைப் பெற்றதும் நிறைவு கொள்வான். அவன் கானத்தின் நெறியால் வழிநடத்தப்படுவான். நவீன ஆண் தன்னை நெறிப்படுத்திக் கொண்டால் அவன் திருப்தியும் நிம்மதியும் கொண்ட மனிதனாக வாழ முடியும். அவனால் இந்த உலகை நேசிக்கவும் சுகிக்கவும் முடியும். அதற்கு அவன் காதலை ஒரு நுகர்வனுபவமாகப் பார்ப்பதை நிறுத்த வேண்டும். அதற்கு அவன் பெண்களை ஆணில் இருந்து வித்தியாசமான ஹார்மோன்களும், உடலமைப்பும் கொண்ட மற்றொரு மனிதன் என இயல்பாக, மிகையின்றிப் பார்க்க வேண்டும். அப்போது அவனால் ஒரு நல்ல காதலன் ஆக முடியும். அப்படியான ஆணையே ஒரு பெண் நேர்மையான, தன்னம்பிக்கையான இணையாகக் கருதுவாள்.

ஆண்கள் பலவீனமாக உணரும் போதெல்லாம் ஓர் ஊன்றுகோல் போல பெண்ணைப் பயன்படுத்துகிறார்கள். அதற்காக காதலிக்கத் தொடங்குகிறார்கள். அப்போது இன்னும் பதற்றமாகி தன்னை நியாயப்படுத்த, தம் ஈகோவைக் காப்பாற்ற நிறைய பொய்களைக் கட்டமைக்கிறார்கள். ஒரு பெண் அவனை ஏற்கும் போது அவன் நிதானமாகிறான். தன்னம்பிக்கை பெறுகிறான். அப்போது "அட இவள் வெறும் பெண் தானே" என அவனுக்குத் தோன்றுகிறது. உடனே அவன் திருந்தினால் பிரச்சனை இல்லை. ஆனால் அதன் பிறகு தான் அவன் தனது இந்த ஏமாற்றத்தை மறைக்கும் வேலைகளில் ஈடுபடுவான். அதனால்தான் காதல் பலவீனத்தின் வெளிப்பாடாக, அநீதியின், ஏற்றத்தாழ்வின் நிகழ்த்து களமாக இருக்கிறது. நாம் அந்த ஏற்றத்தாழ்வை, அடிமைத்தனத்தை, பொய்களைக் கூட ரொமாண்டிசைஸ் பண்ணுகிறோம். அதனாலே வலுவான ஆண்கள் காதலிப்பதில்லை என புக்காவஸ்கி சொல்கிறார். எனக்கென்னவோ சமத்துவத்தை விரும்புகிறவர்கள் காதலிக்கக் கூடாது எனத் தோன்றுகிறது. ஒரு பெண்ணைக் காதலிப்பதே இவ்வளவு பிரச்சனைகளைத் தரும் எனும்போது பலரை ஒரே நேரத்தில் காதலிப்பது *(polyamory)* நம்மைத் துன்பம் கடலில் ஆழ்த்தி விடும். இன்னும் சொல்லப் போனால் காதலின் போதாமையை உணரும் ஆண்களே மேலும் மேலும் பலவீனமாகி ஒரே நேரத்தில் பல உளவியல் ஊன்றுகோல்களை நாடுகிறார்கள். ஒரு பெண்ணை ஊன்றி நிற்க முடியாதவன் பல பெண்கள் மீது சாய்ந்து மட்டும் நின்று விடவா போகிறான்?

(உயிர்மை.காம், ஜுன் 2021)

கேரளத்துப் பெண்களை நோக்கி ஏன் ஈர்க்கப்படுகிறோம்?

நண்பர் சரவண கார்த்திகேயன் முகநூலில் எழுதியுள்ள ஒரு ஆர்வமூட்டும் பதிவு "கேரள நன்னாட்டிளம் பெண்கள்". நமது இலக்கியவாதிகளோ அறிவுஜீவிகளோ எடுத்துக் கொள்ளாத ஒரு முக்கியமான விசயத்தை இதில் எடுத்துக் கொண்டிருக்கிறார். ஏன் கேரளத்துப் பெண்களை நோக்கித் தமிழர்கள் ஈர்க்கப்படுகிறார்கள்?

ஆரம்பத்தில் கேட்க ஏதோ விடலைத்தனமான கேள்வி எனத் தோன்றினாலும், நமது கூட்டு மனம் எப்படிச் செயல்படுகிறது, அதிலுள்ள விசித்திரங்கள் என்ன என்பதைப் பற்றிச் சிந்திக்கத் தூண்டும் முக்கியமான (அதே நேரம் விளையாட்டுத்தனமான) பதிவு இது. தமிழ் மனத்தின் கேரள சபலத்துக்கு அவர் கூறும் காரணங்களில் எனக்கு ஏற்புடையவை இவை.

1) கேரளப் பெண்களின் பொன்னிறம்

2) அவர்களின் வெளிப்படையான பேச்சும் நட்பார்ந்து பழகும் போக்கும் (துணிச்சல்) இது தமிழ் மனத்துக்குள் உருவாக்கும் கிளர்ச்சி.

3) அவர்களின் உடல்மொழியில் உள்ள குழந்தைமை

4) தம்மைத் தொடர்ந்து அழகிகளாய்க் காட்டிக் கொள்ள அவர்கள் காட்டும் முனைப்பு

5) மலையாளிகள் நம் அண்டை மாநிலமாய் இருப்பதும், அவர்கள் மொழியும் நம் மொழியும் ஒட்டுறவாடும் தன்மை கொண்டதாய் இருப்பதும்.

இதில் எனக்குக் கூடுதலாய்ச் சொல்ல இரு விசயங்கள் உள்ளன. இவற்றை சரவண கார்த்திகேயனின் அவதானிப்புகளின் மீதான எனது கூடுதலான பார்வைகள் எனலாம்.

தமிழர்கள் கறுப்பானவர்களையும் அதிகப்படியான வெள்ளை நிறம் கொண்டவர்களையும் விரும்புவதில்லை. உ.தா, வடக்கத்திப் பெண்கள், மார்வாரிகளின் மைதா மாவு நிறம் பற்றின கிண்டல் கேலிகள். இரண்டு நிறங்களுக்கும் இடைப்பட்டதாய் மலையாளப் பெண்களின் நிறம் உள்ளது. அதேபோல் தமிழர்கள் ரொம்ப ஒல்லியானவர்களையோ ரொம்பவும் பருமனானவர்களையோ விட இடைப்பட்ட பூசினாற் போன்ற தோற்றம் கொண்ட மலையாளிப் பெண்களால் கவரப்படுகிறார்கள். இக்கருத்துக்கு மாறுபடும் விதமாய், தமிழ் சினிமாவில் வடக்கத்திய பெண்கள் ஆதிக்கம் செலுத்துவதையும், பருமனான நாயகிகள் ஒரு காலத்தில் தமிழர்களின் உள்ளத்தைக் கொள்ளை கொண்டதையும் சொல்லலாம். ஆனால், இவர்களை எல்லாரையும் விட மலையாளிப் பெண்களுக்குத் தனி மவுசு உண்டு என சரவண கார்த்திகேயன் சொல்வதை ஏற்கிறேன்.

சரவண கார்த்திகேயன் சொல்லும் இக்காரணம் முக்கியம். மலையாளிப் பெண்கள் நம் அண்டை மாநிலத்தவர்கள், மார்வாரிகளையோ பஞ்சாபியரையோ போல் வெகு தொலைவானவர்கள் அல்ல. இப்பெண்களின் சிறப்பு இவர்கள் நம்மைப் போன்றவர்கள் அல்ல, அதேநேரம் முழுக்கவே நம்மில் இருந்து மாறுபட்டவர்கள் அல்ல என்பது. இதுவே அழகு சம்பந்தமான நமது அடிப்படை அளவுகோல். ஏமி ஜேக்ஸனின் மவுசும் இப்படித்தான் ஏற்படுகிறது. அவர் நம்மைப் போன்று

கரிய கூந்தல் கொண்டவர், ஆனால் வெள்ளைக்காரி. நம்மைப் போன்றவர், ஆனால் நம்மைப் போல் அல்லாதவர்.

இது என்னை எப்போதுமே வியக்க வைக்கிற ஒரு விசித்திரம். நம் ஆண்கள் மிக மிக அரிதாகவே வடகிழக்குப் பெண்களைக் காதலிக்கிறார்கள். இந்திப் பெண்கள், மலையாளிப் பெண்களுக்கும் இவர்களுக்கும் அப்படி என்ன வித்தியாசம்? வடகிழக்கத்தவர்கள் பார்க்க சீனத் தோற்றம் கொண்டிருப்பது தான். அவர்கள் என்னதான் நம்முடன் இணக்கமாய்ப் பழகினாலும் நம்மில் இருந்து பெரிதும் வேறுபட்டிருக்கிறார்கள். (இக்கருத்தையும் பெருவாரியான மவுசு என்ன எனும் விதத்தில் தான் கூறுகிறேன்.)

ஒரு மாநிறத்துப் பெண்ணை நோக்கி நம் ஆண்கள் ஈர்க்கப்படலாம். மாநிறத்துப் பெண்கள் மத்தியில் வளர்ந்த ஒரு ஆண் கூடுதல் கறுப்பான பெண்ணிடம் தன் மனத்தைப் பறிகொடுக்கலாம். ஆனால் ஆப்பிரிக்கப் பெண்களிடம் இச்சை கொள்வது அரிதிலும் அரிது. ஏனெனில் அவர்கள் நம்மில் இருந்து மிக அதிகமாய் வேறுபட்டிருக்கிறார்கள்.

(இந்தக் கருத்துப் போக்கில் ஒத்துவராத சங்கதி வெள்ளையினப் பெண்கள் மீது சிலநேரம் நாம் கொள்ளும் ஈர்ப்பு மட்டுமே. அது பிரிட்டனின் காலனியாதிக்க வரலாற்றால் ஏற்பட்ட தாக்கமா?)

சாதி மீறிய திருமணங்களை எடுத்துக்கொண்டாலும் இந்த லாஜிக் செல்லுபடியாகும். பிராமணர்-மத்திய சாதியினர்-தலித்துகள் என ஒரு சமூக அதிகாரப் படிநிலை உள்ளது. இதில் இடப்பக்கம் உள்ளவர் மத்தியை நோக்கியும், இறுதியில் உள்ளவர் மையத்தை நோக்கியுமே அதிகம் ஈர்க்கப்படுவதைக் காண்கிறேன். மிக அரிதாகவே பிராமண-தலித் காதல் திருமணங்களைக் காண்கிறேன்.

இன்றைய நகரச்சூழலில் முன்பு போல் சாதிகள் நில அமைப்பு, விவசாய அடிப்படையிலான அருகாமை என ஒரு குறிப்பிட்ட கட்டமைப்பில் இருப்பதில்லை. ஒரு கல்லூரியில்,

அடுக்குமாடிக் குடியிருப்பில், வேலையிடங்களில் கிட்டத்தட்ட எல்லா சாதியினரும் பரஸ்பரம் பழக இன்று வாய்ப்புள்ளது. முழுமையாக அல்லாவிட்டாலும் ஓரளவுக்காவது தலித்துகளும் இஸ்லாமியரும் நமது நகர சமூக உறவாடல் பரப்பில் தமக்கான ஓர் இடத்தைப் பெற்று வருகிறார்கள். ஆனாலும் ஈர்ப்பு கொள்வது என்பது முழுக்க எதிர்சாரியில் இருப்பவர்கள் மீது என்றில்லாமல், அதிகமும் அருகருகே, ஓரளவு தோற்ற, கலாச்சார, பொருளாதார ஒற்றுமை கொண்டவர்கள் மீதே அதிகம் நடக்கிறது. அதாவது வேறுபட வேண்டும், ஆனால் மிகத் தீவிரமாய் வேறுபடக் கூடாது. (இது என் எளிய அனுபவப் பின்னணியிலான பார்வை மட்டுமே. தவறிருந்தால் திருத்தவும்.)

இதை நாம் மொழியைக் கற்றுக்கொள்ளும் லாகவத்திலும் பார்க்கலாம். ஆங்கிலத்தின் வாக்கிய அமைப்பு நமது தமிழ் உரைநடைக்கு வெகுவாக நெருக்கமானது. ஆக, ஒன்றை அறிந்தவர்கள் இன்னொன்றை அறிவது சுலபமாய் உள்ளது. மலையாளம் சம்ஸ்கிருத சாயல் கொண்டது. ஆக, சம்ஸ்கிருதத்தில் இருந்து உருவான இந்தியை மலையாளிகள் சுலபத்தில் ஆர்வத்துடன் கற்கிறார்கள். தமிழ் பேசுவதிலும் தனி ஆர்வம் காட்டுகிறார்கள். ஆனால் நீங்கள் சீன மொழி கற்கும்போது வெகுவாய்ப் போராடுவீர்கள். ஏனெனில் அதன் அடிப்படை அமைப்பு நம் மொழியில் இருந்து மிகவும் அந்நியமானது.

அடுத்து நாம் ஆடையணியும் விதத்தைப் பாருங்கள். ஒவ்வொருவரும் ஒவ்வொரு நிறத்தில், ஸ்டைலில் ஆடை அணிந்து அலுவலகம் போகிறோம். டி ஷர்ட் ஜீன்ஸில், பார்ட்டிக்கு என்றே தயாரிக்கப்பட்ட ஆடைகளைக் கூட சில அலுவலகங்களில் அனுமதிக்கிறார்கள். ஆனால் லுங்கி, நைட்டியில் போக முடியாது. அல்லது ஒரு போர்வையை போர்த்திக் கொண்டு போக முடியாது. ஏனெனில் ஜீன்ஸ் கூட அலுவலகத்தில் அனுமதிக்கப்படும் ஆடைக்குச் சற்றே அருகாமையில் இருக்கிறது. ஆனால் லுங்கி ரொம்பவே அதற்கு மாறுபட்டிருக்கிறது. அதனால் நீங்கள் லுங்கியில்

சென்றால் நிச்சயம் எல்லாரும் சிரிப்பார்கள். ஜீன்ஸுக்கு சிரிக்க மாட்டார்கள். ஒன்று வெளியூர் ஆடை, இன்னொன்று உள்ளூர் என்பதனால் மட்டும் அல்ல. ஒருவேளை உங்கள் அலுவலகத்தின் அனுமதிக்கப்பட்ட ஆடை வேட்டி சட்டை என்றால் நீங்கள் லுங்கி அணிவதைக்கூட அவ்வப்போது அனுமதிப்பார்கள். ஆனால், பாரம்பரியமாய், நூற்றாண்டுகளாய், வேட்டி சட்டையை மட்டுமே ஊழியர்கள் அணிந்து வந்த ஓர் அலுவலகத்தில் ஒருவர் திடீரென பேண்ட் போட்டு வந்தால் நிச்சயம் அது வேடிக்கையாக இருக்கும். கேரளாவில் பேண்ட் புழக்கத்தில் வந்த காலத்தில் அதைப் பற்றி எழுந்த ஜோக்குகள் நினைவுக்கு வருகின்றன.

ஒரு விசயம் அதனுடன் சற்றே வித்தியாசப்பட்ட இன்னொன்றுடன் ஒப்பிடப்படும்போதுதான் அது என்ன என்ற அர்த்தமே பிறக்கிறது. ஆனால் அதுவே மிக அதிகமாய் வித்தியாசப்பட்டால் வேடிக்கையாய், அபத்தமாய் மாறும். கேரளப் பெண்களின் அழகும் இப்படியே கட்டமைக்கப்படுகிறது.

அடுத்த காரணத்துக்கு வருவோம். கேரளப் பெண்களின் துணிச்சல், துடுக்குத்தனம், வெளிப்படைத்தன்மை, நட்பார்ந்த குணம். இவ்விசயத்தை நானே தொடர்ந்து கவனித்து வந்திருக்கிறேன். கேரளா ஒரு தாய்வழிச் சமூகம் என்பது அப்பெண்களுக்கு அபரிமிதமான தன் முனைப்பை, துணிச்சலை வழங்குகிறது. இதுவே கேரள ஆண்களின் உடல் மொழியிலும் தோற்றத்தில் ஒரு பெண்மையைக் கொணர்கிறது. அதே சமயம், தமது ஆண்மை இத்துணிச்சல் மிக்க பெண்களால் கேள்விக்கு உள்ளாவதை உணரும் இந்த ஆண்கள் பெண்களை ஒடுக்குவதிலும் மட்டம் தட்டுவதிலும் கட்டுப்படுத்துவதிலும் தனி முனைப்பு காட்டுகிறார்கள்.

கேரளாவில் பெண்கள் பாதுகாப்பாக உணர்வதில்லை எனும் பேச்சு இப்படித்தான் கிளம்புகிறது. அங்கு பெண்கள் வலுவாக இருப்பதனாலேயே அவர்கள் தொடர்ந்து ஒடுக்கப்படுகிறார்கள். தொண்ணூறுகளுக்குப் பிறகான மலையாள சினிமாவில் ஆண்மை கர்ஜனை மிக அதிகமாகி இருப்பதும் அவர்களின்

ஆண்மை இன்னொரு பக்கம் கடும் அச்சுறுத்தலில் இருப்பதனால் தான். தமிழிலும் இது நடந்தது. எண்பது தொண்ணூறுகளுக்குப் பிறகு, பெண்கள் சற்றே துணிச்சலாய், சுதந்திரமாய் மாறின பின்பே நாயகியை நாயகன் கன்னத்தில் அறையும் ஒரு காட்சியாவது நமது படங்களில் இடம்பெற்றது.

பெண் அதிகாரத்தின் நீட்சிதான் துணிச்சல், தன்முனைப்பு, சுய அலங்கார விழைவு, ஆணுடன் நட்புகொள்ளக் காட்டும் ஆர்வம் ஆகியவை. இந்த மாறுபட்ட தன்மை நிச்சயம் தமிழர்களை ஈர்க்கிறது. நான் வங்காளப் பெண்களிடம் இந்தக் குணத்தைக் கண்டிருக்கிறேன். அவர்களும் தாய்வழிச் சமூகத்தில் இருந்து வந்தவர்களே. ஆனால், நீங்கள் இந்தி மாநிலப் பெண்கள் அளவுக்கு வங்காளிப் பெண்களை நோக்கி அதிகம் ஈர்க்கப்பட மாட்டீர்கள். ஏனெனில் அவர்கள் நம்மில் இருந்து வெகுவாய் வேறுபடுகிறார்கள். நம் அர்த்த சட்டகத்துக்கு வெளியே இருக்கிறார்கள். (சுவலட்சுமி ஒரு விதிவிலக்கு.)

உடல்மொழியைப் பொறுத்தமட்டில், கார்ப்பரேட்மயமான நகரத்து வடக்கத்திய பெண்கள் சற்றே ஆண் தன்மை மிக்கவர்களாய் இருப்பதைக் காணலாம். காரணம் அவர்களின் சமூகம் ஆண்வழிப்பட்டது. இப்பெண்கள் கல்வியும் பொருளாதாரச் சுதந்திரமும் கொண்டிருந்தாலும், சதா ஆண் மையச் சூழலில் இன்னொரு புறம் வாழ நேர்கிறது. ஆக, தம்மையறியாமல் இவர்கள் முழுக்க ஆண்களைப் போல் இருக்க முயல்கிறார்கள். உடல்மொழியில் ஆண்களைத் தம் தகப்பனைப் பிரதிபலிக்கிறார்கள். அமெரிக்கா, பிரான்சு போன்ற ஐரோப்பிய தேசங்களின் பெண்களுக்கும் இதுவே நடக்கிறது.

கேரளா போன்ற பெண்வழிச் சமூகங்களிலோ பெண்களின் பண்பாட்டு அதிகாரம் உறுதிப்படுத்தப்பட்டிருக்கிறது. அவர்கள் அதைத் தக்கவைக்க ஆண்களுடன் மோதவேண்டியிருக்கிறது. ஏனெனில் முதலாளித்துவ உற்பத்தி அமைப்புகள் ஆண்களின் வசம் உள்ளன. ஆக, அப்பாவைப் போல் இருக்காமல், அம்மாவைப் போல் இருக்கவே இவர்கள் முனைகிறார்கள்.

ஆண்களுடன் மோதும்போது மேலும் அதிகமாய்த் தம் பெண்மை சிருங்காரத்தை முன்னிலைப்படுத்துகிறார்கள். தன் மாநிலத்துப் பெண்களை விட பக்கத்து மாநிலப் பெண்கள் பெண்மை எழில் மிக்கவர்களாய்த் தமிழனுக்குத் தெரிவதன் ஒரு சமூக உளவியல் காரணம் இதுவே.

இப்பெண்களின் குழந்தைமையையும் நான் மேற்சொன்ன வாதத்தின் அடிப்படையிலேயே புரிந்துகொள்கிறேன். குழந்தையாய் ஒரு பெண் தன்னைத் சித்தரிக்கையில் அவள் தன்னை பலவீனமானவளாய் மறைமுகமாய்த் தோற்றம் காட்டுகிறாள். அவளது துணிச்சல் கண்டு சற்றே மிரண்டு போகும் ஒரு ஆணை ஈர்ப்பதற்கான ஒரு மாற்று தந்திரம் இது. இதையெல்லாம் கேரளப் பெண்கள் தம்மை அறியாது செய்கிறார்கள் என்பதே வேடிக்கை.

காதல் தோல்வியுற்ற பெண்களின் உளவியல்

காதல் தோல்வியுற்ற இளம்பெண்களைப் பற்றின "நீயா நானா" நிகழ்ச்சியில் *(11-10-21)* நிறைய சுவாரஸ்யமான உண்மைகள் வெளிப்பட்டன.

ஆண்களை விட சுலபமாக பெண்களே தோல்வியின் கசப்பை, ஏமாற்றத்தைத் தாங்குகிறார்கள். ஒரு பெண்ணைத் தவிர பிறர் காதல் தோல்வியின் வருத்தத்தை எதிர்கொள்ள "நெடிய பயணம் செல்வேன், டாட்டூ குத்திக் கொள்வேன், ஒருநாள் முழுக்க பாட்டுக் கேட்டுக்கொண்டே பஸ்ஸில் போவேன், வித்தியாசமாக ஹேர்கட் பண்ணிக்கொண்டு தோற்றத்தை மாற்றுவேன்" என்றெல்லாம் சொன்னார்கள். ஒட்டுமொத்தமாக காதல் தோல்வியை ஒரு ஐ.பி.எல் ஸ்டிரேடெஜிக் பிரேக் / ஷார்ட் கமர்ஷியல் பிரேக் போல அவர்கள் பயன்படுத்துகிறார்கள். காதல் தோல்வி ஒரு கொண்டாட்டத்திற்கான துவக்கக் காட்சியாக அவர்களுக்கு உள்ளது. இழந்த உறவின் துக்கத்தில் அப்படியே மூழ்கிப் போவது, இழந்த காதலனைப் புனிதப்படுத்தி தன்னிரக்கத்தில் தாடி வளர்த்து, குடித்து, சோம்பித் திரிவது அவர்களுடைய அகராதியிலே இல்லை.

சமூகம் அதற்கான அவகாசத்தை அவர்களுக்கு அளிப்பதில்லை என்று இதை நியாயப்படுத்தச் சொல்ல முடியாது - சமூகம்

ஒருவேளை வாய்ப்பளித்தாலும் பெண்கள் அதைச் செய்ய மாட்டார்கள். விவாகரத்தின் போது கூட பெண்களே சுலபத்தில் துக்கத்தில் இருந்து மீண்டு வந்து நிறைவாக மகிழ்ச்சியாக அடுத்த இன்னிங்ஸை ஆரம்பிக்கிறார்கள், ஆனால் ஆண்களோ முறிவின் வலியில் சிக்கில் நெடுங்காலம் சீரழிகிறார்கள் என ஆய்வுகள் சொல்லுகின்றன.

இன்னொரு சுவாரஸ்யமான விசயம் இப்பெண்கள் *clear out, flush out* மாதிரியான சொற்களை காதல் தோல்வி அனுபவங்களை விவரிக்கும் போது தன்னிச்சையாகப் பயன்படுத்தினார்கள் என்பது. அதாவது மோசமான தோல்வி அனுபவத்தை, அதைத் தந்த பழைய காதலனை / கணவனை உடம்பில் ஒட்டிய ஒருவித அழுக்கைப் போல அவர்கள் பார்க்கிறார்கள். அழுவது, பேசுவது, பாட்டுக் கேட்பது, பயணிப்பது, புதிய ஆடைகள் வாங்கி, புதிய ஊருக்கு இடம்பெயர்ந்து, புதிய வேலையைச் செய்வது அவர்களுக்கு *flush tank*ஐ திறந்து கக்கூஸைச் சுத்தமாக்குவதைப் போல அவர்களுக்கு உள்ளது. ஒரு ஆணை *flush out* பண்ணின பிறகு முழுக்கத் தம்மால் மற்றொரு பெண்ணாக புத்துருவாக்கம் பெற முடியும் என அவர்கள் நம்புகிறார்கள்.

சாஸ்வதக் காதல், “காலமெல்லாம் காதல் வாழ்க” போன்ற ஜவ்வுகளை இப்பெண்கள் நம்பவில்லை. என்னதான் நாம் அதை விரும்பாவிட்டாலும் பெண்களைப் பொறுத்தமட்டில் ஆண்கள் வெறும் கழிவுதான். பயனுள்ள, அழகான கழிவாக இருக்கும் வரையில் பொறுப்பார்கள், ரசிப்பார்கள், ஆனால், நாற்றமெடுக்க துவங்கியதும் *flush*ஐ திறந்து விடுவார்கள்.

ஆண்கள் பெண்களை பெரும்பாலும் உடலளவிலும், அவர்களுடைய தாம்பத்ய இருப்பு, பயன்கள் காரணமாகவும் நேசிக்கிறார்கள். ஆனால் பெண்கள் ஆண்களை நம்பி இருப்பதை விட அதிகமாக ஆண்கள் பெண்களை நம்பி இருக்கிறார்கள். ஒரு நீடித்த உறவை முறித்துக்கொள்ள பெரும்பாலும் ஆண்கள் முன்வருவதில்லை என்பது இந்தச் சார்புநிலையினாலும், உணர்வுரீதியாக அவர்கள் பலவீனமானவர்கள் என்பதாலுமே.

இன்னொரு பெண்ணிடம் விருப்பம் ஏற்பட்டாலும் முந்தின காதலியையும் கூட வைத்துக்கொள்ள முடியுமா என்றே அவன் சிந்திப்பான். அது இன்பத்துக்காக அல்ல. அவளுக்கு அவன் உணர்வுரீதியாக பழகிப்போயிருப்பான்.

ஆண்களுடன் ஒப்பிடுகையில் பெண்களுக்குக் குறைவாக மாரடைப்பு வருவதற்கும், அவர்களுடைய நீடித்த ஆயுளுக்கும் இந்த உணர்வு சமநிலை, சாமர்த்தியம், உறவுகளை ஒவ்வொருமுறையும் உத்தமமாக அழித்து புதிதாக ஆரம்பிப்பது போல நம்பிச் செயல்படும் பாங்கும் காரணங்கள் எனத் தோன்றுகிறது. உதாரணம்: மனைவி இறந்ததும் விரைவில் கட்டையைப் போடும் கிழடுகள் நிறைய. ஆனால் தாத்தா இறந்த பின்னாலும் கிண்ணென்று நீண்ட நாள் வாழுகிற பாட்டிகள் ஏராளம். இது பெண்களுக்கு இயற்கை அளித்துள்ள ஒரு தனித்திறன்.

உதாரணம்: பல பூச்சியினங்களில் ஆண் உடலுறவுடன் இறந்து விட பெண் தொடர்ந்து வாழ்கிறது. கும்பிடுபூச்சி, சிலந்தி போன்றவற்றிடையே செக்ஸ் முடிந்ததும் ஆணைப் பெண்ணே தின்றுவிடும்.

இதைப் பற்றி உயிரியல் சார்ந்து மற்றொரு கோணத்தையும் இங்கு பரிசீலிக்க வேண்டும்: ஆண்களுடன் ஒப்பிடுகையில் குழந்தைப் பேறைப் பொறுத்து பெண்களுக்கு சில கூடுதல் கட்டுப்பாடுகளை இயற்கை விதித்துள்ளது. பெண்களின் கருவுறு திறன் பதின்வயதில் ஆரம்பித்து இருபதுகள் வரை உச்சத்தில் இருந்து, பின்னர் முப்பதுகளின் மத்திய பகுதியில் இருந்து மெல்ல குறைந்துகொண்டே வந்து 45இல் முடிந்து போகிறது என அறிவியல் சொல்லுகிறது (சில விதிவிலக்குகள் இருக்கலாம்.) ஆண்களுக்கு இத்தடைகள் உடல் சார்ந்து பெரும்பாலும் இல்லை. இயற்கையில் பண்டைய காலத்தில் ஒரு பெண் இந்தச் சுமார் 30 ஆண்டுகளுக்குள் இருபது குழந்தைகளைப் பெற்றால் அவர்களில் இரண்டு மூன்று பேர் தேறுவார்கள். அறுபதாண்டுகளுக்கு முன் வரை பத்து குழந்தைகளைப் பெறுவது ஒரு சாதாரணமான விசயம். இந்தப்

பத்தில் இரண்டே பிழைக்கும். மருத்துவ வசதிகள் வந்த பிறகே மத்திய வர்க்கக் குடும்பங்களில் பத்துமே பிழைக்கும் நிலை வந்தது. ஒரு கட்டுப்பெட்டியான சூழலில் ஒரு கணவனுடன் இருந்து இந்தப் பிள்ளைகளைப் பெற்று வளர்த்து அவர்கள் 40 வயதில் ஓய்ந்து விடுவார்கள். ஆனால் நாகரிகமடையாத இனக்குழுக்களாக நாம் வாழ்ந்திருந்த போதும், இன்றைய சுதந்திரமான நவீன சூழலிலிலும் நிரந்தரமான ஒற்றை ஆண் துணை எனும் கட்டாயம் இல்லை. அப்போது அவர்கள் ஒரு ஆண் தம்மை விட்டுச் சென்றாலோ, அல்லது அவனைத் தாமே பிடிக்காமல் விட்டுவிட்டாலோ அடுத்த ஆணைத் தேடிச் செல்வது மிக முக்கியம். இல்லாவிட்டால் தம் கருவுறு திறனை உச்சபட்சமாக நாற்பது வயதுக்குள் அவர்கள் பயன்படுத்த முடியாது. இந்த உயிரியல் விழைவே கருவுறு திறனுக்கு மதிப்பு குறைந்த இன்றைய சூழலிலும் பெண்களைத் தீவிரமாக *replacement* நோக்கிச் செலுத்துகிறது (இதுவும் அந்த "நீயா நானா"வில் ஒரு பெண் பயன்படுத்திய சொல்லே). காதல் முறிவு என்பது அவர்களுக்கு ஒரு பொம்மை விழுந்து உடைவது மட்டுமே. அடுத்த பொம்மையை வாங்க உடனடியாகத் தயாராகி விடுகிறார்கள். அப்படித் தயாராகும்படி உயிரியல் அவர்களைத் தூண்டுகிறது.

இந்த "நீயா நானா" அத்தியாயத்தை அவர்கள் பெண்களின் காதல் தோல்வியை முக்கியப்படுத்தி அவர்களை இரக்கத்துடன் நாம் பார்க்க வேண்டும் எனக் காண்பிக்கும் நோக்கிலே இயக்குநர் திட்டமிட்டிருக்க வேண்டும். ஆனால் நடந்ததோ வேறு - காதல் தோல்வியை இந்தப் பெண்கள் கூலாக டீல் செய்வது, ஜாலியாக எடுத்துக் கொள்வதைக் கண்டு கோபிநாத்தே திகைத்தும் குழம்பியும் போனார். அதிலும் ரொம்பவே சிறப்பு முதலில் காதல் தோல்வியின் வலியில் இருந்து தாம் எப்படி மீண்டோம் என உருக்கமாகப் பேசிய பெண்களில் கணிசமானோர் யார் உறவை முறித்தது எனும் கேள்விக்குத் தாமே என பதிலளித்ததே.

ஏன் காதலை முறித்தோம் என்பதற்கு அவர்கள் ரொம்ப சாதாரணமான காரணங்களையே தந்தார்கள் - ஒருவர்

“நான் ஊடகத்தில் பணியாற்ற விரும்பினேன், அதை என் காதலன் ஏற்கவில்லை, அதனால் அவனுடனான உறவை முறித்துக் கொண்டேன்” என்றார். இன்னொரு பெண்ணோ “வெளிநாட்டுக்கு புது வேலை கிடைத்துப் போகும்போது இதற்கு மேல் இந்தக் காதலையும் விடுவதே எதிர்காலத்துக்கு நல்லது என முடிவெடுத்தேன்” என நெத்தியடி அடித்தார். இதுதான் எதார்த்தம். இதை நாம் பாராட்ட வேண்டும். ஏனென்றால் பெண்கள் மிக மிக அற்பமான காரணத்துக்காக காதலை முறிக்கிறார்கள். அவ்வளவுதான் நம் காலத்து காதலின் மதிப்பென அவர்கள் சொல்லாமல் சொல்கிறார்கள்.

இந்த உண்மை தெரியாமல் நம்முடைய தமிழ் சினிமா இப்பெண்களை ரொம்ப தவறாகச் சித்தரித்து வந்துள்ளது. ஏனென்றால் நம்முடைய இயக்குநர்களுக்கு பெண் உளவியல் பற்றி ஒரு மண்ணாங்கட்டியும் தெரியாது. சாஸ்வத காதல், புனிதக் காதல் போன்ற கற்பிதங்களை அவர்களே ஆணின் குற்றவுணர்வைச் சொறிந்து கொடுக்க உருவாக்கினார்கள். எந்தக் காலத்திலும் பெண்கள் அதை நம்பியதோ பின்பற்றியதோ இல்லை. இன்னும் சொல்லப்போனால் பெண்களுக்கு இந்தக் காதலில் நம்பிக்கையே இல்லை எனத் தோன்றுகிறது. அவர்கள் காதலை நடைமுறை சார்ந்தே பார்க்கிறார்கள். நாம் ஒரு செல்போனை, பொட்டலம் பிரியாணியை, ஏஸியைப் பார்ப்பது போல.

ஒரு ஆண் ஒரு பெண்ணின் உடலினால் தனக்கு இன்பம் கிடைக்குமா என்று மட்டும் யோசிக்கிறான் என்றால் ஒரு பெண் ஒரு ஆண் உடலினால் தனக்கு சமூக மதிப்பு, பண்பாட்டு மதிப்பு, பொருளாதாரப் பயன், உணர்வு ரீதியான ஆறுதல்கள், கிளர்ச்சிகள், காமம் போன்ற பல பிரதிபலன்கள் உண்டா என சதா பரிசீலித்தபடியே இருக்கிறாள். அதனாலே ஒரு உறவில் முதலில் ஏமாற்றமடைகிறவர்களாகவும் கூடுதலாகவே கோருகிறவர்களாகவும் பெண்களே இருக்கிறார்கள். அதை முதலில் உடைக்கிறவர்களாகவும் அவர்களே இருக்கிறார்கள்.

ஆணுக்குத் தான் பெண்ணுடலில் தேடுவது காமத்தை

மட்டுமல்ல என ஆறுதல் கொள்ள காதல் எனும் பொய் அவசியமாக உள்ளது. பெண்களுக்கு இயற்கையாகவே அது தேவையில்லை. நம்பவில்லையா? ஒரு பெண்ணிடம் போய் ஐ லவ் யூ சொல்லிப் பாருங்கள். நம்ப மாட்டார்கள். ஏன், எப்படி எனக் கேட்டுக்கொண்டே இருப்பார்கள். அதை நீங்கள் மொழியில் சித்தரிக்க சித்தரிக்க இன்பமடைவார்கள். ஆனால் நீங்கள் நிறுத்தியதும் "உன் காதல் ஒரு பொய்" என சொல்லி முகம் திருப்பிக் கொள்வார்கள். ஏனென்றால் பொய்யின் பின்னால் ஒளிந்துகொள்ளும் *"96"* ராம்களே ஆண்கள் என அவர்கள் அறிவார்கள். பெண்கள் அவ்விதத்தில் அதிர்ஷ்டசாலிகள். இயற்கையாகவே புத்திசாலிகள்.

காதல் சந்திக்கும் சவால்கள் – குருதியும் ஊடகங்களும்

காதலில் குருதி:

காதலுக்காக எக்காலத்திலும் குருதி சிந்தப்பட்டுள்ளது. இது பணம், சமூக அந்தஸ்து, சாதிப் பற்று ஆகிய காரணங்களினால் நடந்து வருவது. வடக்கில் இதற்கு *honor killing* என்று பெயர் உண்டு. ஆனால் சமகாலத்தில் தான் காதலுக்காக அல்ல காதலை தடை செய்யும் காரணத்துக்காகக் கடுமையான வன்முறைச் செயல்களில் குறிப்பாய் இளம் தலைமுறையினர் ஈடுபட்டு வருவதைக் காண்கிறோம்.

காதலில் ஈடுபவதை எதிர்த்ததற்காக அம்மாவை அம்மிக் குழவியால் இடித்துக் கொன்று, தங்கையைத் தண்ணீர்த் தொட்டிக்குள் அமுக்கிக் கொல்லும் பெண்கள், பெற்றோர்களுக்கு மயக்க மருந்து கொடுத்து காதலன் துணையோடு நெரித்துக் கொல்லும் சகோதரிகள், வேறு பெண்தொடர்புகள் கொண்டிருந்ததால் உடற்பயிற்சி நிலையப் பயிற்சியாள கணவனைக் கூலிப்படையை ஏவி மின்வயர்களைச் சுற்றிக் கொல்லும் மனைவிகள், காதலனைப் பழிவாங்க அவனது குழந்தையைக் கொல்லும் கள்ளக்காதலிகள் என இன்று நாம்

காணும் இந்த வன்முறை வெளிப்பாட்டில் ஒரு விநோதத் தன்மை உள்ளது. இவை சாதியம், மதம், ஒழுக்கம், காதல் என்ற லட்சியங்களுக்காகச் செய்யப்படும் கொலைகள் அல்ல. உறவுகளுக்குள் நாம் சகிப்புத்தன்மையை இழந்து வருவதை, பரஸ்பர சந்தேகத்தினால் தனிமையுணர்வை அடைந்து வருவதை இவை காட்டுகின்றன. இவை காதலுக்கான கொலைகள் அல்ல, வெறும் ‘காதற் கொலைகள்’.

காதல் ஒரு வெட்டவெளி:

நுண்பேசிப் படக்கருவியும் முகநூல் போன்ற சமூகவலைத்தொடர்புத் தளங்களும் ஆண் பெண் உறவை பொதுமேடைக்கு நகர்த்தி உள்ளன. ஒரு உறவை திரைகளுக்குப் பின்னே இருட்டில் ஒளித்து வைப்பதும் வெட்டவெளியில் பலர் முன்னிலையில் கொண்டு வருவதற்கும் ஒரே நோக்கம் தான். அந்த உறவின் நெருக்கடியில் இருந்து தப்பித்தல்.

நுண்பேசியில் படம் பிடிக்கப்பட்ட ஏகப்பட்ட அந்தரங்கக் காட்சிகள் எம்.எம்.எஸ்களாகவும் இணையத்தில் மலிந்து வருகின்றன. இவை ரகசியமாக அல்ல இருசாராரின் அறிவுடன் தான் படம் பிடிக்கப்படுகின்றன. படக்கருவி முன் நிர்வாணமாய்த் தோன்றுவதிலும் உறவில் ஈடுபடுவதிலும் நமக்கொரு கிளர்ச்சி உள்ளது. இக்காட்சிகள் பின்னர் நண்பர்களிடம் பரவி இணையத்தில் சென்று போர்னோவாகின்றன. இணையத்தில் போர்னோ பார்ப்பவர்களுக்கு எந்நேரமும் தமக்குத் தெரிந்த ஒரு முகம் அதில் தோன்றி அதிர்ச்சியுறும் அபாயம் உள்ளது. இணையைப் பின்னர் மிரட்டவும், பிறரிடம் தன் பாலியல் அந்த ஆற்றலைக் காண்பிக்கவும் உத்தேசித்தாலும் படம் பிடிப்பவர்கள் அந்தரங்கக் காட்சிகள் பல்கிப் பெருகும் ஒரு வைரஸ் கிருமி போன்றது என்பதை அதைச் செய்யும்போது உணர்வதில்லை. ஒரு கட்டத்தில் அவர்களின் அந்தரங்கம் அவர்களுக்கு அல்லாததாகிறது. அது கோடானுகோடி கோடி கண்களால் கொட்டாமல் பார்க்கப்படுவதை அவர்களால் என்ன முயன்றும் தடுக்க முடியாது. இப்படி வெட்டவெளிச்சத்துக்கு காம உறவை கொண்டு வருவதன் மூலம் நமது தலைமுறை

ஆண்-பெண் உறவை அதிக மதிப்பற்ற ஒரு தற்செயல் நிகழ்வாக மாற்றுகிறது. இன்று ஒரு பிரபலம் மீது ஊடகத்தில் பாலியல் புகார் ஆதாரத்துடன் வந்தாலும் அது ஒரு போர்னோவாக விரைவில் மாற்றப்பட்டு பரவலாக புழங்கியபின் மறக்கப்பட்டு விடுகிறது. பாலியல் குற்றங்களை நாம் இன்று அசட்டையாக பார்ப்பது போல் ஒன்றை நாற்பது ஐம்பது வருடங்களுக்கு முன் கற்பனையே செய்திருக்க முடியாது. இதற்கு ஊடகங்கள் ஒரு முக்கிய காரணம்.

ஒரு திருமணமான நண்பர் தனக்கு நல்ல வாழ்க்கைத் துணை இல்லாமல் தவிப்பதாய் முகநூல் நிலைத்தகவலில் கூறுகிறார். அவரது ஆயிரக்கணக்கான நண்பர்களில் ஒருவர் அவரது சுவரில் “உங்களுக்கு விரைவில் திருமணமாகி நல்ல வாழ்க்கைத் துணை அமையட்டும்” என்று வாழ்த்துகிறார். இதை அவர் மனைவி வாசித்தால் எப்படிக் குழம்பிப் போவார். பல தம்பதிகள் தமது குடும்ப விரிசல்களை இப்படி நிலைத்தகவல்கள் மூலம் பிரஸ்தாபித்து கோபத்தை வெளிக்காட்டுகிறார்கள். உதாரணமாக கீர்த்தனா மோகன் தாஸுக்கு, தன் கணவனைப் பிடிக்காமல் போனால் உடனே இரண்டாவது பெயரை மாற்றி அப்பா பெயரைப் போட்டு கீர்த்தனா சந்திரசேகர் ஆகிவிடுகிறார். இதன் மூலம் தனது திருமண உறவு நிலையை நண்பர்களை ஊகிக்க விடுகிறார். வேறு பல திருமண ஜோடிகள் முகநூலில் நேரடியாக ஒருவரை ஒருவர் தாக்கிக்கொள்கிறார்கள். தனிப்பட்ட வெளியில் நமது உறவுச் சிக்கல்களின் தீர்க்கும் சாத்தியங்களோ மன உறுதியோ நேர்மையோ இல்லை என்ற நிலையில் தான் முகநூல் போன்ற பொதுவெளியில் தம்பதிகள் மோதிக்கொள்கிறார்கள். ஜனநெரிசலில் பாதுகாப்பு உள்ளதாய் நினைக்கிறார்கள். நெருக்கமான நண்பர்களிடம் பிரச்சனையை விவாதிப்பதற்கும் நம்மை பரிச்சயமே இல்லாத ஆயிரக்கணக்கான முகநூல்வாசிகளிடம் தனிப்பட்ட கவலைகளைப் பகிர்வதற்கும் வித்தியாசம் உண்டு. இது நமது தனிமனித உறவுகள் எவ்வளவு பலவீனப்பட்டுப் போயுள்ளது, கட்டற்று தொடர்பு சாத்தியங்கள் உள்ள யுகத்தில் நாம் நம் முன் உள்ள ஒரு மனிதரிடம் மனம் திறந்து பேச எவ்வளவு அஞ்சுகிறோம் என்று காட்டுகிறது.

வெளிப்படைத் தன்மையை சதா ஊக்குவிக்கும் ஊடகங்களால் சூழப்பட்ட இந்த வேளையில்தான் நாம் தினசரி வாழ்வில் நேரடியாகப் பேசக் கூட தயங்குகிறோம்.

நமக்குத் தேவை சில சொற்களைத் தனிமையில் பயமின்றிப் பேசும் அவகாசம். நான்கு கண்கள் மட்டுமே உள்ள அந்தரங்கம். அந்தக் கணத்தில் நம் மீதே நமக்கு நம்பிக்கை பிறக்கிறது. உடனே காதலியை / காதலனை முழுமையாக நம்பத் தொடங்குகிறோம்.

பாய் பெஸ்டிகளின் சங்கடம்

ஒரு பாய் பெஸ்டிக்கு வேண்டிய முதல் தகுதி பொறுமை. நிதானமாக நீண்ட நேரம் செவிமடுக்கும் திறன் வேண்டும். என்னால் குறுக்கிடாமல் மதிப்பிடாமல் பெண்கள் பேசுவதைக் கேட்டிருக்க முடியும் என்பதாலே பதின்வயதில் இருந்தே நான் ஒரு நல்ல பெஸ்டியாக பெண்களுக்கு இருந்திருக்கிறேன். என்னுடைய தனிமை நாட்டம் காரணமாய் நான் தொடர்ந்து எல்லாரிடமும் உறவைப் பேண முயன்றதில்லை என்பதால் நான் இந்த பெண்கள் பட்டியலை வளர விட்டதில்லை. இருந்தாலும் பாய் பெஸ்டிகள் சார்பில் பேசும் தகுதி எனக்கு உண்டென்றே நம்புகிறேன்.

பாய் பெஸ்டிகள் குறித்த மனுஷ்ய புத்திரனின் கவிதை “பாய் பெஸ்டிகளின் கதை” எனக்கு மிகவும் பிடித்திருந்தது — கவிதை சற்று அதிகம் நீண்டுவிட்டிருந்தது என்றாலும் கச்சிதமாக முடித்திருந்தார். அதாவது பாய் பெஸ்டியாக இருப்பதன் அவலங்களை நகைமுரணுடன் சொல்லிவந்துவிட்டு

“யாரும் பிறக்கும் போதே
பாய் பெஸ்டியாக பிறப்பதில்லை
விதி எங்கோ தடம் மாற்றி விடுகிறது

பசித்த மனிதர்களின் கையில்
ஒரு மலரைக் கொடுத்து அனுப்பி
வைக்கிறது”

என முத்தாய்ப்பாக முடிக்கும் போது பாய் பெஸ்டியின் நிலையை உலகில் உள்ள மொத்த மனிதர்களின் இருத்தலியல் அவலமாக மாற்றிவிடுகிறார். இது பாய் பெஸ்டியின் கைவிடப்படலாக அல்லாமல் பசித்தவர்களுக்குக் கையில் மலரைக் கொடுத்து அனுப்பின் கடவுள் மீதான ஒரு சாடலாக முடிகிறது; இந்தப் பசி அன்பின் பசியாக, வாய்ப்புகளுக்கான பசியாக, சமத்துவத்துக்கான பசியாக, கௌரவத்துக்கான பசியாக எப்படி வேண்டுமெனிலும் இருக்கலாம். ஒரு நல்ல கவிதையின் பண்பு என்பது அது பேசுபொருளைக் குறிப்பிட்ட சந்தர்ப்பத்தில் இருந்து ஒரு பெரிய விசயத்துக்கான குறியீடாக உயர்த்தும் என்பது. தமிழின் பல உன்னத கவிதைகளில் நாம் இந்தப் பண்பைப் பார்க்க முடியும். பாய் பெஸ்டிகளின் அத்தனை பரிமாணங்களையும் அவர் இதில் கொண்டு வந்து விட்டாரா என்றால் இல்லை, ஆனால் அதற்கு அவசியமில்லை என்பேன் - அது கவிதையின் பணி அல்ல, கட்டுரையின் பணி.

இந்தக் கவிதை பெண்களில் சிலரை சங்கடப்படுத்துவதை நான் புரிந்துகொள்கிறேன் - இயல்பாகவே தம்முடன் நட்புறவில் இருக்கும் ஆண்களின் பொது இடத்தை இது அசைக்கிறது; சின்ன குற்றவுணர்வை பெண்களின் பால் தூண்டுகிறது. குற்றவுணர்வு மிகும் போது அவர்கள் இக்கவிதையைச் சாடுகிறார்கள்.

பெண்கள் சதா ஆண்களின் பாலுணர்வு அங்கீகாரத்தை நாடுகிறார்கள், அதே வேளையில் பாலுணர்வற்ற பரிசுத்தமான ஆண் நட்பையும் விழைகிறார்கள் - பாய் பெஸ்டிகள் இந்த இரண்டுக்கும் இடையிலான ஒரு வெளியில் வசிக்கிறார்கள். அப்படித்தான் பாய் பெஸ்டிகளே தோன்றுகிறார்கள். அவர்களால் வெறும் நண்பனாக மட்டுமே எப்போதும் இருக்க இயலாது; அப்போது ஒரு பெண்ணை ‘ஆணாக’ நடத்தும் சங்கடம் ஒரு ஆணுக்கு நேரும். “அலைபாயுதே”

படத்தில் மாதவனின் குழுவில் இருக்கும் அந்த ஒல்லியான பெண்ணைப் பற்றிச் சொல்லும்போது “அவ பாதி ஆம்பளை மாதிரி” என மாதவன் குறிப்பிடுவாரே அப்படிச் சில ஆண்கள் “பாதி பொம்பளை மாதிரி” பெண்களிடத்து இருப்பதுண்டு. இது முழுமையான ஒரு பெஸ்டியின் இயல்பு அல்ல. அந்த வகையான பெஸ்டி உறவும் இங்கு உண்டு எனிலும் பெரும்பாலான பெண்களுக்கு தம் பாய் பெஸ்டிகள் ஆண்களாக இருந்து தம்மைச் சற்று ‘உயர்வு நவிற்சியுடன்’ நடத்துவதையும் விரும்புகிறார்கள் என்பது உண்மைதான்.

இறுதியாக ஒரு பாய் பெஸ்டியாக வாழ்வதன் சிக்கல்களை ஒரு ஆணின் பார்வையில் இருந்தும் பேச விரும்புகிறேன் - ஒரு பாய் பெஸ்டி தன் தோழியின் காதலனோ கணவனோ பால் சற்றே பொறாமை கொள்ளலாம். அதே நேரம் அவள் தன் காதலன் / கணவனை விட்டுப் பிரியக் கூடாது என ஒரு சகோதரனைப் போல பிரார்த்திக்கவும் செய்வான். இது பாலியல் சார்ந்த சிக்கல் அல்ல - மாறாக பாலியலின் இறுக்கத்தில் இருந்து, நிர்ப்பந்தங்கள், நிபந்தனைகளில் இருந்து விடுபட்டு சுதந்திரமாக இருப்பதற்கான விருப்பம் ஒரு ஆணுக்குள் உண்டு. அப்போது ஒரு பாய் பெஸ்டியாக அவன் மாறுகிறான். தன்னுடைய இந்த ‘பதவிக்கு’ ஆபத்து வருவதை அவன் சற்று அச்சத்துடனே எதிர்கொள்கிறான். அவனுடைய இந்த நெருக்கடி ஒரு சாதாரண தோழனுக்கோ சகோதரனுக்கோ நேர்வது அல்ல. இது ஒரு தனித்துவமான நெருக்கடி.

ஒரு ஆணுடல் இயல்பாகவே பெண்ணை அடையும் நோக்கிலேயே உருவாக்கப்பட்டிருக்கிறது - அந்தப் பெண்ணுடல் யார், எந்தச் சமூக நிலையில், குடும்ப உறவில் இருக்கிறது என்றெல்லாம் அந்த ஆணுடல் கவலைப்படாது. ஆகையால் ஒரு பாய் பெஸ்டி தன் தோழி மீது சஞ்சலம் கொள்ளும் தருணமும் ஏற்படலாம் தான். ஆனால் அதை மீறிச் செல்லவே அவன் விரும்புவான். இதை பிராயிட் சொன்னதைப் போல பாலுணர்வு அடக்கப்படுதல், அதில் இருந்து அடக்கப்பட்ட உணர்வை உன்னதமாக்கல் *(repression - sublimation)* என நான் பார்க்க விரும்பவில்லை. மாறாக லக்கான் சொல்வதைப்

போல நவீன வாழ்வை செக்ஸ் விழைவுகளைக் கடந்து (மறுத்து அல்ல) முடிவில் ஒன்றை நோக்கிய நாட்டமாகவே பார்க்க விரும்புகிறேன். பாய் பெஸ்டியாக வாழ்வது இந்த நாட்டங்களில் ஒன்று.

நவீன மனிதன் தனக்கு விதிக்கப்பட்ட பாலியல் இச்சையைக் கடந்து கட்டற்ற அனுபவங்களை உறவுகள் வழி நாடுகிறான். நவீன மனிதனின் பெரிய சாதனையே செக்ஸ் இச்சையை மொழி மீதான, பண்பாட்டு வடிவங்கள் மீதான, சந்தையில் கிடைக்கும் பண்டங்கள் மீதான, அரசியல் சமூகக் கருத்தியல் உரையாடல்கள் மீதான, சமூகமாக்கல் மீதான இச்சையாக உருமாற்றியதே. உடல் சுகத்தை விட இது நீடித்த மேலான அனுபவமாக இருப்பதை அவன் உணர்ந்துகொண்டான். பாலியல் நாட்டம் ஏற்படுத்தும் நெருக்கடிகள் தரும் பயங்களும் மூர்க்கமும் அவனுடைய உலகை மீண்டும் மீண்டும் ஒரு சின்ன சதுரத்துக்குள் அடக்கிவிடுகிறது. அசல் ஜெஸ்ஸியை விட ஜெஸ்ஸி குறித்து ரஹ்மான் உருவாக்கிய இசை, கௌதம் மேனனின் காட்சிகள், த்ரிஷாவின் நளினமான தோற்றமும் தவிப்பான கண்களும் கட்டற்றவை. இதை நடைமுறையில் துல்லியமாக உணர்ந்தவர்கள் பாய்பெஸ்டிகளே.

ஆண்களுக்கு பாய் பெஸ்டி உறவில் உள்ள பயன் அவன் காதலனாக, கணவனாக இருக்க வேண்டியதில்லை, சுதந்திரமாக ஒரு பெண்ணுடன் உறவாடலாம் என்பதே. ஒரு அசலான பாய் பெஸ்டி தனக்கு ஒரு தகுந்த சந்தர்ப்பமும் வாய்ப்பும் அமைந்தால் கூட தன் தோழியுடன் படுக்கையைப் பகிர மாட்டான். ஆனால் இதில் விதிவிலக்குகளும் உண்டு என்பதே இந்த உறவைச் சிக்கலாக சுவாரஸ்யமாக மாற்றுகிறது.

ஒரு பிரேக் அப்பின் போது...

(இங்கு நான் காதலி பற்றிச் சொல்வதை அப்படியே காதலனுக்கும் பொருத்தலாம்.)

காதல் தோல்வி அடைந்தாலோ காதலியை இழந்தாலோ நாம் அழுது வடிப்போம், மன அழுத்தத்தில் மௌனமாவோம், குடி உள்ளிட்ட போதைகளில் ஈடுபடுவோம், சிலர் வீட்டை விட்டு வெளியே வராமல் டிவி முன்பே பழியாகக் கிடப்பார்கள், சிலர் இலக்கியம், இசை, வேலை என மனத்தை திசைதிருப்ப முயல்வார்கள், சிலர் மனநல சிகிச்சை எடுத்துக் கொள்வார்கள், சிலர் தற்கொலைக்கு முயன்று தோல்வி அடைந்து 'ஐயோ இதிலும் தோல்வியா?' என நொந்துபோவார்கள், சிலர் நண்பர்களுடன் அதிக நேரம் செலவிட்டு மனத்தைத் தேற்ற முயல்வார்கள், சிலர் புத்திசாலித்தனமாக ஒரு திருமணம் செய்துகொள்வார்கள், சிலர் காதலியின் பெயரில் நாய், பூனை வளர்ப்பார்கள், மேலும் பலர் ஃபேஸ்புக்கிலே குடியிருப்பார்கள் - இப்படி எத்தனை எத்தனையோ வழிமுறைகள், பதிலீடுகளைக் காதலிக்கு வைத்திருக்கிறோம். ஆனால் அனைத்துமே உங்களை நடுத்தெருவில்தான் கொண்டுபோய்விடும். ஏனென்றால் ஒரு காதலிக்கு மாற்று மற்றொரு காதலி மட்டுமே.

ஆகையால் காதல் முறியும்போது அடுத்த நாளே அல்லது அதற்கு அடுத்த நாளே மற்றொரு காதலியைத் தேடத்

தொடங்க வேண்டும். ஆறுதலுக்காக அல்ல. வாழ்க்கையைத் தொடர்வதற்காகச் சொல்கிறேன். ஏன் முன்னாள் காதலியின் நினைவில் வாழலாகாதா? அதுவல்லவா உண்மையான காதல்?

நிச்சயமாக இல்லை. அது ஒரு கற்பிதம். நிஜமான வாழ்க்கை என்பதைத் தொடர்ந்து போய்க்கொண்டே இருப்பது.

ஏன் மற்றொரு காதலி இல்லாமல் வாழ்க்கையைத் தொடரக் கூடாதா? முன்னாள் காதலி தந்த காயங்கள் போதாதா? ஒரு தடவை பட்ட செருப்படி பத்தாதா? இன்னொரு முறை வேறு அடிபட வேண்டுமா? ஆம், போதாது. இதில் கூச்சமே பார்க்கக் கூடாது. ஏனென்றால் மனிதனுக்கு வேறு வழியில்லை.

உங்கள் வாழ்க்கையில் ஒரு காதலி இருந்தால் அந்த இடத்தில் மற்றொரு பெண் அவள் போன பிறகு வந்தாகவே வேண்டும். அல்லாவிடில் அந்த இன்மை ஒரு புண்ணாக உங்களைத் தொந்தரவு பண்ணிக்கொண்டே இருக்கும். மனம் அவளை / அவளது பதிலியை நாடிக்கொண்டே இருக்கும். ஒரு கட்டத்தில் இந்தத் தேடலின் சுவாரஸ்யத்தில் நிஜக் காதலை அடையாமல், எந்தப் பெண்ணிடமும் நிலைக்காமல், பலரிடம் கடலை போட்டு அலைந்துகொண்டே இருப்பீர்கள். ஆனால் இயல்பான நிறைவான வாழ்வு என்றால் அந்த இன்மையை ஒருத்தி வந்து நிறைவு செய்தே ஆக வேண்டும், அதுவும் உடனே வேண்டும்.

வள்ளுவர் காமத்துப் பாலில் ஒரு குறளில் காதலியைக் காயம் ஏற்படுத்தி அதற்கு மருந்தும் இடுகிறவள் என்பார்.

> "பிணிக்கு மருந்து பிறமன் அணியிழை
> தன்நோய்க்குத் தானே மருந்து."

இது ஓர் ஆழமான அவதானிப்பு - அதாவது காதல் என்பது ஒரு அகப்புண். மனிதன் பிறக்கும் போதிலிருந்தே இந்தப் புண் மிக மெல்லிய ஒரு கீறலாய் அவனுக்குள் தோன்றிவிடுகிறது. அதன் பிறகு அவன் வளர வளர புண்ணும் வளர்கிறது. இப்போது அதற்கு மருந்திடுவதற்கு ஒரு பெண்ணை மனம் நாடத் தொடங்குகிறது. அவள் உடலின்பத்துக்கு ஆனவள் என தேகம் சொன்னாலும் நிஜத்தில் அவள் அவன் அகப்புண்ணை

ஆற வைப்பவளே. இந்தப் புண்ணானது அவன் சாகும் வரை முழுமையாக ஆறாது. ஏனெனில் அவன் வாழ்வில் வரும் ஒவ்வொருத்தியும் இந்தப் புண்ணுக்கு மருந்திட்டபடியே அதை மேலும் அகலப்படுத்துவாள்.

பெண்களைத் தவிர்த்து அவர்கள் இடத்தில் வேறு நாட்டங்களை ஒரு மனிதன் வைக்கும்போது அவன் தன் காயத்துக்கு வலிநிவாரணியை அளிக்கிறான். ஒவ்வொரு இரவும் தூங்கப் போகும்போது அவன் தன் காயத்தை தடவிப் பார்த்துக் கொள்கிறான்.

வயோதிகத்திலும் பெண்ணாசை மனிதனுக்குத் தீருவதில்லை. காமத்தை நுகர முடியாத போதும் மனம் காதலை நுகர அலைபாயும். அது ஒருபோதும் ஆற வாய்ப்பற்ற ஒரு இன்பச்சாறு ஊறும் காயம்.

காதல் வேறு எந்த அன்பை விடவும் தூய்மையானதாக, பாசாங்குகள் அற்றதாக இருப்பதற்குக் காரணம் அது மிக மிகப் பொதுவானது என்பதே. ஒரு நட்பு சிறப்பாய் அமைய அந்த நண்பர்கள் அன்பான, ஆழமான ஆளுமை கொண்டவர்களாக இருக்க வேண்டும். ஆனால் காதல் சிறப்பாக அமைய ஒரு ஆணும் பெண்ணும் மட்டுமே போதும் — அவர்களுக்கு அன்பு காட்டத் தெரியத் தேவையில்லை, அவர்களுக்குத் துலங்கும் காத்திரமான ஆளுமைகள் இருக்க வேண்டியதில்லை. காதல் எல்லாவற்றையும் கற்றுக்கொடுக்கும். காதல் எல்லாரையும் சமமானவர்கள் ஆக்கிவிடும்; ஏனென்றால் காதலிப்பவர்கள் இடையே வித்தியாசங்கள் இருக்க முடியாது. ‘த்ரிஷா இல்லையென்றால் நயன்தாரா’, ஏனென்றால் இருவருமே ஒன்று தான், ஒன்றல்லவெனில் நீங்கள் இருவரையுமே காதலிக்க முடியாது.

முன்னவளின் இடத்தில் மற்றொருத்தி வரும்போது சட்டென எல்லா சமநிலைக்குலைவுகளும் முடிவுக்கு வருகின்றன. வெறுமைக்கு முற்றுப்புள்ளி வைக்கப்படுகிறது. சின்னச் சின்ன ஏமாற்றங்களும் தோல்விகளும் எரிச்சலைத் தராமல் ஏற்றுக்கொள்ளப்படுகின்றன. கோபங்கள் அழகான

சமாச்சாரங்கள் ஆகின்றன. எதிர்பார்ப்புகளுக்கு ஒரு பூவண்ணம் வருகிறது. காத்திருப்புகளுக்கு பொறுமையின் புன்னகை பூக்கும் உதடுகள் வாய்க்கின்றன. இப்போது நீங்கள் வாழ்வின் பெரிய சமநிலைக்குலைவுகளை, வெறுமையை, பிரம்மாண்ட ஏமாற்றங்களை, தோல்விகளைச் சந்திக்கும் வலுவுடன் கிளம்புகிறீர்கள். ஒரு சின்ன அதிர்ச்சியைக் கண்டு நடுங்குகிறவர் பெரிய நடுக்கங்களை நிதானமாய் எதிர்கொள்கிறீர்கள்.

இதை ஆண்களை விட, பெண்களே நன்றாய்ப் புரிந்து வைத்திருக்கிறார்கள். மேலும் நமது சமூகமும் அவர்களைத் தனிமையில் வாழ விடுவதில்லை. ஆகையால் அவர்கள் ஒரு காதல் முறிந்த உடனே மற்றொரு காதலையோ அல்லது அதற்கு ஈடான நட்புகளையோ உருவாக்கி நகர்ந்து செல்கிறார்கள். அல்லது திருமணம் செய்து கொள்கிறார்கள். அரிதாகவே பெண்கள் (ஆண்களைப் போல) தேங்கி நிற்கிறார்கள். உறவின் தாத்பரியத்தை ஆண்களை விட பெண்களே நன்றாய்ப் புரிந்து வைத்திருக்கிறார்கள் எனலாம் (இதிலும் விதிவிலக்கு உண்டு என்றாலும்).

அது என்ன?

ஒரு காதலியை நாம் லட்சியக் காதலியாகக் காண்கிறோம். அவளை இழக்கும்போது அவளின்றி வேறில்லை என நினைக்கிறோம் (“96” ராம் போல). ஆனால் நம் வாழ்வில் வரும் எல்லா பெண்களும் அடிப்படையில் ஒருவரே, அவர்களுக்கு இடையில் ஆயிரம் வேறுபாடுகள் இருந்தாலும். (ஏதோ ஒரு காதலை நாம் உயர்ந்ததாக, தன்னிகரற்றதாகக் காண காரணம் நம் நினைவுகள் ஏற்படும் மனச்சாய்வுதான். அதே “96” ராமின் மனச்சாய்வு.)

இதை நான் சொல்லவில்லை - வேறொரு சந்தர்ப்பத்தில் டெலூஸ் எனும் பின்நவீனச் சிந்தனையாளர் தனது *Repetition and Difference* எனும் நூலில் சொல்கிறார். நம் வாழ்வில் ஒவ்வொன்றையும் நாம் திரும்பத்திரும்பச் செய்கிறோம். தினமும் சாப்பிடுகிறோம், தினமும் ஆடை அணிகிறோம், தினமும் யாரிடமாவது ஒரே விதமாகப் பேசுகிறோம், தினமும் வேலை

செய்கிறோம், தினமும் உடல்களை முகர முயல்கிறோம், தினமும் தூங்கி விழிக்கிறோம், ஏன் மாற்றமின்றி இப்படி தினமும் தூங்கி விழிக்கிறோமே என அலுப்புற அதையே செய்கிறோம். உடம்பு இரு சமமான பகுதிகளாக இருப்பதால் எதையும் இரண்டிரண்டாய் ஒரே போல பண்ண வேண்டியுள்ளதே (கால்சராயின் இரு கால்களிலும் உடம்பை நுழைப்பதைப் போல) என கதாபாத்திரம் ஒன்று அலுத்துக் கொள்ளும் ஒரு புனைவை மேற்கோள் காட்டுகிறார். நாம் (முழுமையாக) முந்தி செய்யாத எதையும் பின்னால் செய்ய இயலாது. ஆனால் ஒவ்வொரு முறை திரும்பச் செய்யும் போதும் அதில் ஒரு புதுமை வந்து சேர்கிறது.

அதாவது ஒரு தலையில் சூடும் மல்லிகைச் சரம் என்பது நேற்று அவள் சூடின அதே சரம்தான், ஆனால் அது சற்றே மாறுபட்டதும் தான். அவளது அன்றைய மனநிலை, அன்றைய பருவநிலை, அன்று அவளுடன் உறவாடுகிறவர்கள் அந்த மல்லிகைச் சரத்தைச் சற்றே மாறுபட்டதாக, அந்தச் சின்ன மாறுபாட்டினாலே அதைக் கூடுதல் அழகானதாக, ரொமாண்டிக்கானதாக மாற்றுகிறது. அந்தப் பெண் உங்கள் கன்னத்தில் வைக்கும் முத்தம் என்பதும் அப்படியேதான் ஒவ்வொரு முறையும் மற்றொன்றாகவும் அதுவாகவும்தான் இருக்கிறது.

இப்படி ஒன்று திரும்பச் செய்யப்படும் போது அது அதே போன்றும், ஆனால் சற்றே வேறுபட்டதாகவும் இருப்பதே *repetition* என டெலூசால் சொல்லப்படுகிறது. இந்தத் திரும்ப நிகழ்த்தலில் ஒரு தனித்துவம் அதன் மிகச்சிறிய மாறுபட்ட தன்மையால் (முத்தமிடும் அதே பழைய உதடுகளின் மிருதுவில், ஈரத்தில், வெம்மையில், எச்சிலில், வாசனையில், உணர்வில், வேகத்தில் அல்லது மெத்தனத்தில்) விளைகிறது. இந்தத் தனித்துவத்தை டெலூஸ் *singularity* என்கிறார்.

காதலிலும் ஒரே பெண் தான் வேறு வேறு பெயர்களில் நம் வாழ்வில் பல கட்டங்களிலாய் வருகிறாள். அல்லாவிடில் நீங்கள் அவளை “நேசிக்கவே” முடியாது - யார் வாழ்விலும் முழுக்க

வேறுபட்ட பெண்கள் வருவதில்லை; ஒவ்வொருத்திக்கும் ஒரு பொதுத்தன்மையும் சின்னச் சின்ன வேறுபாடுகளும் இருந்தே தீர வேண்டும். அதுவும் இந்த வேறுபாடுகளும் (தனித்துவங்கள்) இப்பெண்களுடனான நம் உறவாடலில் தோன்றுகிறதே அன்றி அது அவர்களின் ஆதாரமான சுபாவம் அல்ல. (இதனால்தான் ஒருவரால் வெறுக்கப்படுகிற பெண் மற்றொருவரால் நேசிக்கவும் கொண்டாடவும் படுகிறாள்.) ஒரு பெண் காலி செய்த இடத்தை மற்றொரு பெண்ணால் சுலபத்தில் நிரப்ப முடிவது இதனால் தான். நாம் திரும்பத் திரும்ப ஒரே பெண்ணை வாழ்வில் தேடிக் கொண்டே இருப்பதும், அவளை அடைந்ததுமே அது "அவள்" அல்ல என உணர்வதும் இதனால்தான்.

காதலிக்கும் போது நாம் செய்யும் ஒரு தவறையும் நான் இங்கு குறிப்பிட வேண்டும் - அழகு / உடல்ரீதியான ஈர்ப்பு எப்போதுமே ஆண்களுக்கு ஒரு முக்கிய அளவுகோலாக இருக்கிறது. இந்தக் கவர்ச்சியை முதலில் அப்பெண்ணின் தனித்துவம் என எண்ணுகிறோம். ஆனால் அது தன் தனித்துவமில்லை என முதலில் அறிந்துகொள்வது அப்பெண்ணாகவே இருக்கும் - அவள் தன் அழகின் பொருட்டு நேசிக்கப்படுவதையும் அதன் பொருட்டு மட்டுமே நேசிக்கப்படுவதையும் ஒரே சமயம் விரும்பவும் வெறுக்கவும் செய்வாள். தன் உடலழகையும் தாண்டி தான் கவனிக்கப்படவும் நேசிக்கப்படவும் வேண்டும் என ஒரு பெண் விரும்புவது இதனாலே. சிலநேரம் ஒரு பெண் தனது ஆளுமையே தனது தனித்துவம் என எண்ணினாலும் கூட அதற்காக மட்டுமே கூட தான் காதலிக்கப்படுவதை அவள் விரும்ப மாட்டாள், தான் கட்டற்ற ஒரு இருப்பு என்றும் தன்னை ஒரு ஆண் கட்டற்று நேசிப்பதே நியாயம் என்றும் அவள் நம்புவாள். இதன் பொருள்தான் என்ன?

ஒரு பெண் ஒரு தனித்துவமான அழகு எனும் தகுதியுடன் இருக்கையில் அவள் அதுவாக மட்டுமாகி, ஒரு சின்ன வட்டத்துள் அடைபடுகிறாள். ஆனால் அப்போது அவள் ஒரு தனித்துவத்துடனும் இருக்கிறாள். ஆனால் அவள் அதையும் மீறின ஒரு இருப்பாகத் தன்னை நினைக்கும்போது அவள்

பொதுவான, வேறெந்தப் பெண்ணையும் போன்ற ஒருத்தியாக ஆகிறாள் (அதை அவள் பிரக்ஞைபூர்வமாகக் கோராமல் இருந்தாலும் கூட). காதலிக்கப்படும் ஒவ்வொருத்தியும் தன் இடத்தை வேறு எவளும் எடுத்துக்கொள்ள முடியும் என உள்ளுக்குள் நம்புகிறாள்; அதைத் தன் காதலன் ஒவ்வொரு நொடியும் மறுக்க வேண்டும், நிரூபிக்க வேண்டும் என ஏங்குகிறாள். ஏதோ ஒரு கட்டத்தில் அவள் அவனைப் பிரிய நேரும் போதும் கூட அவள் அதையே நினைக்கிறாள் - அவன் சீக்கிரமே தன் இடத்தில் வேறொத்தியைக் கண்டடைவான் என்று; ஆனால் அவன் அப்படிச் செய்யாதிருக்கட்டும் என பிரார்த்திக்கிறாள் (*"96"* ஜானுவைப் போல). இதை ஒரு ஆண் செய்யாத போது அவன் ஒரு பைத்தியம் என அவள் நினைக்கிறாள். அவன் இதைச் செய்தால் அவள் அவனைப் பழிப்பாள், ஆனால் அதுவே நியாயம் என நம்பவும் செய்வாள்.

பெண் மனத்தின் இந்த விசித்திரத்தை ஒரு ஆணால் புரிந்து கொள்ள முடிவதில்லை - அது ஆண்களின் பிறவிப்பிழை.

இங்கு ஒரு ஆண் புரிந்துகொள்ள வேண்டியது இது - அழகை ரசிக்கலாம், அழகான பெண்ணுடலை அவன் ரசிப்பதில் புலனின்பம் உண்டு. ஆனால் அப்படி ஒரு பெண்ணை, அவள் அழகை ரசிப்பது, அதனடிப்படையில் அவளை மதிப்பிடுவது அவனது காதலுக்கு ஒரு முக்கிய தடை ஆகும்.

எல்லா பெண்களும் அடிப்படையில் ஒருவரே (அன்பாலான பெண்கள், வெறுப்பாலான பெண்கள் எனும் வித்தியாசம் இருக்கலாம் எனினும்.). பெண்களுக்கு இடையில் ஒரு திரையாக அழகு தோன்றுகிறது. பெண்களில் சிலரை நிராகரித்து சிலரை மட்டும் நாட நம்மை அது தூண்டுகிறது. ஆனால் ஒரு ஆண் இச்சையுடன் ஒரு பெண்ணைக் கூடும்போது அங்கு அவளது அழகுக்கு எந்த மதிப்பும் இல்லை. அதாவது நீங்கள் விளக்கை எரிய விட்டு அவளை அணுவணுவாக ரசித்தால் அவளுடன் கூடவே முடியாது. அவளழகை நீங்கள் மறுக்கும், மறக்கும் நொடியில் இருந்தே அவளுடன் நீங்கள் இணைவது தொடங்குகிறது.

ஒரு பெண்ணுடன் நீங்கள் ரசித்து உரையாடி உங்களை மறக்கவும் அழகு ஒரு தடையாகிறது - ஏனெனில் அழகு அங்கு “நான் வேறானவள், தனியானவள்” என கொடி பிடித்து பிரச்சாரம் செய்கிறது. அழகு என்பது ஒவ்வொரு பெண்ணும் அணியும் முகமூடி. அழகு என்பது காதலுக்கும் நமக்கும் இடையில் தோன்றும் மூடுபனி.

காதலின் பெரிய விரோதியே அழகுதான். கூடவே ரொமாண்டிக்கான கற்பனைகளைத் தூக்கிச் சுமப்பதும்.

ஒரு பெண்ணின் தனித்துவமான ஆளுமைக்கும் இதையே சொல்வேன். வலுவான பெண்ணிய ஆளுமை கொண்ட ஒருத்தியை நீங்கள் நேசிக்கும் போது, அந்த ஆளுமையின் தனித்துவமும் ஒரு முகமூடியாகிறது. அந்த முகமூடியுடன் மட்டுமே நீங்கள் பேசினால் அது உங்கள் காதலை அழித்து விடும்; அப்பெண்ணுக்கும் உங்கள் அன்பு செயற்கையாகத் தோன்றும்.

ஆக ஒரு பெண்ணை இயற்கையான முறையில், எந்தக் குறுக்கீடுகளும் இன்றி, அறிய அவள் அழகற்றவளாக, தனித்துவமான ஆளுமை இல்லாதவளாக, உறுதியான கருத்துநிலைகள் அற்றவளாக இருப்பது உதவும். அல்லாவிடில் ஒரு பேரழகியையும் அவளது பேரழகை உதாசீனித்து வெறும் பெண்ணாக, ஒரு பொதுவான சாதாரணப் பெண்ணாகக் கண்டு பழக உங்களால் முடிய வேண்டும். அந்தளவுக்கு மன உறுதி உங்களுக்கு இல்லாவிடில் அழகற்ற, ஆளுமையற்ற பெண்களே நல்ல தேர்வு.

ஒருவேளை காதல் முறிவதற்கே இப்படித் தனித்துவங்கள் முக்கிய காரணமாக இருக்கலாம்.

(உயிர்மை.காம், அக்டோபர் 2019)

கனவுக்குள் கனவாகத் தோன்றும் காதல்

"இது ஒரு கனவு நிலை...

கனவுக்குள் கனவாய் எனை நானே கண்டேனே"

தாமரையின் இந்த வரிகள் கேட்கும்போது நகுலன் ஒருவேளை ரொமாண்டிக்காக கவிதை எழுதியிருந்தால் இப்படித்தான் எழுதியிருப்பார் எனத் தோன்றியது.

தாமரையின் திரைப்பாடல்கள் இதுபோல் அதி அற்புதமான உருவகங்கள் அடிக்கடி வரும். காதல் என்பது கனவு நிலை என்பது அனைவரும் அறிந்ததே. ஆனால் விஷயம் அது மட்டுமல்ல. இந்தக் கனவு எங்கிருந்து வருகிறது?

ஒரு சிலந்தி வலையைப் பின்னி பூச்சிக்காகக் காத்திருப்பது போல யாரோ பின்னி வைத்த கனவுதான் காதல். இன்னொருவர் பின்னிய கனவில் நாம் போய் விழுகிறோம். முழுக்க வேறொருவராக மாறுகிறோம். மற்றொருவரின் கற்பனையில் மொட்டு விட்டு மலர்கிறோம். இன்னொருவருக்கு நம் மீதுள்ள பிரியம், உணர்ச்சிகள், நம்பிக்கை, ஆதர்சங்கள், ஈர்ப்பு, கற்பிதங்களில் திளைக்கிறோம். அதில் ஒரு அலாதியான சுதந்திரம் இருக்கிறது. நீங்கள் நீங்களாக இல்லாமல் இருக்க

முடிகிறது. இதுதான் மற்றொருவர் கனவில் வாழும் சுகம். அதன் மயக்கம்.

நாம் இதோடு நிறுத்துவதில்லை. நம்முடைய கனவில் எதிர்த்தரப்பையும் மாட்ட வைக்கிறோம். அவர் நம் கனவில் சுகிக்கிறார். இப்படி ஒரு கனவின் மேல் இன்னொரு கனவைக் கட்டி எழுப்புகிறோம். அவன் கனவில் அவள் தன்னையும் அவள் கனவில் அவன் தன்னையும் பார்க்க முடிகிறது. தனியே இருந்து யோசிக்கையில் கனவுக்குள் கனவாக நம்மையே கண்டு சிலாகிக்கிறோம். இதுவே “கனவுக்குள் கனவாய் எனை நானே கண்டேனே!”

எழுத்தாளனைக் காதலிப்பது

ஜெயமோகனுடனான காதல் அனுபவம் பற்றி அருண்மொழி நங்கை எழுதிய அழகிய கட்டுரையைப் படித்தேன்.

இது இயல்பாக ஏற்படுவதுதான், பெண்களை ஒரு எழுத்தாளன் தன் எழுத்தை, ஆளுமையை வைத்துக் கவர்வது ஆச்சரியமான ஒன்றல்ல. அப்பெண் வாசிக்கக் கூடியவளாக, ரொம்ப எழுதாதவளாக, களங்கமற்ற மனம் கொண்டவளாக இருந்தால், இன்னொரு பக்கம் அந்த எழுத்தாளன் அறியப்பட்டவனாக, வலுவான ஆளுமை, தன்னம்பிக்கை, உணர்வுவயப்பட்ட இயல்பு கொண்டவனாக இருந்தால் போதும். எல்லாரிடம் இருந்து ஒதுங்கி எழுத்தில் ஈடுபடுகிற எனக்கே அப்படி மூன்று காதல் அனுபவங்கள் உள்ளன.

எழுத்தாளன் மீதான ஈர்ப்பு என்பது உறவின் முதற்படி மட்டுமே. பெரும்பாலும் அப்பெண்கள் அடுத்தடுத்த மாதங்கள், வருடங்களில் அவனது படைப்புகளைப் பொருட்படுத்த மாட்டார்கள், ஆனால் பேச்சை, நடவடிக்கைகளை, ஆளுமையை மட்டும் ரசிப்பார்கள். அப்படியே நகர்ந்து நகர்ந்து அவன் வெறும் ஆணாகவும் அவள் வெறும் பெண்ணாகவும் எஞ்சுவார்கள் என நினைக்கிறேன். (விதிவிலக்குகளும் உண்டு.)

இதில் கவிஞர்கள் ஒரு தனிவகை - ஓரளவுக்கு சமூகமாக்கல் செய்பவர்கள் எனில் வருடத்திற்குச் சில காதல்களாவது வெற்றிகரமாக அவர்களுக்கு நிகழும். ஒரு கவிஞருக்கு மாதம் சில காதல்களாவது மரக்கிளையில் இருந்து மலர்கள் உதிர்வதைப் போல மடியில் வந்து விழுந்தபடி இருப்பதைக் கண்டிருக்கிறேன்.

கட்டுரையாளர்கள் தாம் பாவம் என்றெல்லாம் நினைத்து விடாதீர்கள். அவர்களும் - புரிகிற மாதிரி எழுதுகிறவர்கள், பேசுபவர்கள் எனில் - சக்கைப் போடு போடுகிறார்கள்.

மொழியின் தளத்தில் இயங்குவதால் கிடைக்கும் ஓர் அனுகூலம் இது. பணம் படைத்த அழகான ஆண்கள் மீது போன்றே அறிவும் கற்பனையும் படைத்தவர்கள் மீதும் பெண்களுக்கு ஒரு மனச்சாய்வு உண்டென நினைக்கிறேன். ஏனெனில் இவர்கள் பெண்களின் மனவுலகை விகாசிக்க வைக்கிறார்கள்.

இதைப் பல எழுத்தாளர்கள் வெளியே சொல்ல மாட்டார்கள் என்பது வேறு விசயம்.

என்னுடைய ஒரு சந்தேகம் அசோகமித்திரனை இப்படி யாராவது காதலித்திருப்பார்களா?

தாம்பத்தியக் காதல்

குடும்பத்துக்குள் காதல்

குடும்பம் மிக வசதியான அமைப்புதான், மறுக்கவில்லை. வேளாவேளைக்கு நல்ல உணவு, பேச்சுத்துணை, பாலுறவு, நாம் கடுமையாக உழைக்கும் போது இயல்பாகவே தோன்றும் அந்நியமாதலில் இருந்து தப்பிப்பதற்கு குழந்தைகள் மீது எழும் பாசம், குழந்தைகளை முன்வைத்து எல்லா பிரச்சனைகளையும் கடந்து விடும் சாத்தியம் என வசதிகளும், கற்பிதங்களும், தப்பித்தலுக்கான வழிகளைக் கொண்ட ஒரு நுட்பமான, பல வாயில்கள் கொண்ட எலிவளை. ஆக, அது எவ்வளவு சீரழிவானது, போலியானது என்பதை அறிய அந்த எலிவளையில் விரிசல்கள் விழுந்து மெல்ல மெல்ல உடையத் தொடங்கினால் போதும். குடும்பம் உடைவது உங்கள் முப்பதுகளில் நடந்தால் நம் சட்டம் குழந்தையைப் பறித்து தாயிடம் கொடுத்து விடும். அடுத்த பத்தாண்டுகளில் உங்களைப் பழிவாங்கும் நோக்கிலேயே அந்தக் குழந்தையை உங்களுக்கு எதிராக அவர் வளர்ப்பார். மெல்ல மெல்ல உருவேற்றி உங்களைப் பார்த்தால் அக்குழந்தை காறித் துப்பும் அளவுக்குக் கொண்டு வந்து விடுவார். சில நேரம் இரு தரப்புமே ஆளுக்கொரு குழந்தையை விட்டு பொதுவெளியில் தாய் தந்தையரைத் தாக்குவதைக்

காண்கிறோம். சில அரிதான சந்தர்ப்பங்களில் அப்பா மீது மகனுக்கு உள்ள வெறுப்பு அப்பாவே அவனைக் கொன்று புதைக்கிற நிலைக்குத் தள்ளுவதையும் பார்க்கிறோம்.

ஒருவேளை நீங்கள் பெரும்பணக்காரராக இருந்தால், நிறைய செல்வாக்கு இருந்தால் குழந்தையைப் பறித்து வந்து அதன் தாயைப் பழிவாங்குவீர்கள். அவர் எப்படி குழந்தையைத் திரும்பப் பெறுவது என பல முயற்சிகளை எடுக்கத் தொடங்குவார். அல்லது நீங்கள் (கமல், அமீர் கான் போல) ஒரு பெரும் தொகையை ஜீவனாம்சமாகக் கொடுத்து செட்டில் செய்து விடுவீர்கள். இப்போது எல்லா குற்றங்களும் மன்னிக்கப்பட்டு விடும். விவாகரத்துக்கு / பிரிவுக்குப் பின்னர் கணவனும் மனைவியும் அவ்வளவு பாசத்துடன், இணக்கத்துடன், நட்புடன் இருப்பார்கள். புரிந்துணர்வுடன் பிள்ளைகளை வளர்ப்பார்கள். என்னதான் அப்பா மீது கோபம் இருந்தாலும் பிள்ளைகள் அதைக் காட்டிக் கொள்ளாமல் அப்பாவிடம் அதீத பாசம் காட்டி வெளியேயும் புகழ்வார்கள். எல்லாத்துக்கும் காரணம் பணம். இந்தப் பணமும் கொஞ்சம் அதிர்ஷ்டமும் இல்லாவிட்டால் சில வருடங்களுக்கு முன்பு நீங்கள் தூக்கி வளர்த்த, பாசத்துடன் கொஞ்சி சீராட்டிய குழந்தை உங்களுடையது அல்லாமல் ஆகி விடும்; அல்லது அதுவே உங்களுக்கு எதிராகப் பேசும். அல்லது குழந்தைக்கு 16–18 வயது கடந்து விட்டால் நம் கண் முன்னாலே அது ஒரு அந்நிய உயிரியாக மாறுவதை, நம்மிடம் இருந்து முழுக்க விலகிச் செல்வதைக் காண்போம். நாம் முயன்றாலும் குழந்தையின் உலகில் ஒரு செட் பிராப்பர்ட்டியாகவே பின்னர் இருக்க முடியும். ஒருவேளை நீங்கள் 70 வயதைத் தாண்டி வாழ்ந்தால், உங்களுடைய சொத்துக்காக உங்கள் குடும்பம் உங்கள் சாவை எதிர்நோக்குவதைக் கண்டு கசப்படைவீர்கள். அல்லது அவர்களை ஒரு வயதான புலியைப் போல நீங்கள் ஒரு எல்லைக்குள் வைத்திருக்கப் போராட வேண்டும். என் ஊரிலும் உறவுகளிலும் சொந்தத் தாய் தந்தையரை சிகிச்சையளிக்காமலும், குளிர்ந்த நீரில் எண்ணெய்க் குளியல் கொடுத்தும், உளவியல் ரீதியாக மிரட்டி நெருக்கடி அளித்தும்

பிள்ளைகள் கொள்வதைக் கண்டிருக்கிறேன். இருபது வருடங்கள் கூடுதலாக வாழ வேண்டியவர்கள் பெரும் அச்சத்துடன் மரணத்தைத் தழுவுவார்கள். அல்லது நிர்தாட்சண்ணியமாக தனிமையில் விட்டுவிட்டுப் போய்விடுவார்கள்.

இந்தப் பாசம் பாசம் என்கிறார்களே அது எந்தளவுக்குப் பல சமூக, பொருளாதார நிலைகளைச் சார்ந்து தோற்றுவிக்கப்படும் மாயவலை என அப்போதும் மூளைக்குப் புரியும், ஆனால் நெஞ்சுக்குப் புரியாது.

இதில் சில படிப்பினைகளை நாம் பெற்றுக்கொள்ள வேண்டும்:

1) பாசம் வாழ்வின் எல்லா கட்டங்களிலும் பணத்துடன் தொடர்புடையது - "நீ எனக்குச் சொந்தக் காசு செலவழித்து ஒரு பொம்மை வாங்கித் தந்தாயா? ஆடைகள் வாங்கித் தந்தாயா? கேட்ட படிப்பில் சேர்த்து விட்டாயா? அப்பனா நீ?" என ஒரு குழந்தை பத்து வருடங்கள் கழித்துக் கேட்கும்போது வியப்பாக இருக்கும். ஆனால் அவர்களால் வேறெப்படியும் பாசத்தைப் பார்க்க முடியாது. யோசித்துப் பாருங்கள், அம்மாவை நோக்கி இக்கேள்விகள் ஒருபோதும் எழுப்பப்படாது. இயற்கையாகவே / கலாச்சார ரீதியாகவே இதுவே உலகம் முழுக்க நிலை - விந்தைக் கொடுப்பதற்கு அப்பால் அப்பாக்களுக்கு எந்த மதிப்பையும் யாரும் அளிப்பதில்லை. அதன் பிறகு அந்த மதிப்பை அவர்கள் பணம், உழைப்பைக் கொண்டு மட்டுமே, பாசத்தினால் அல்ல, கட்டியெழுப்ப வேண்டும். அப்படிச் செய்ய முடியாதவர்கள் காறி உமிழப்படுவார்கள், பிள்ளைகளாலே. இன்னொரு பக்கம், சட்டம் ஒருபோதும் அப்பாக்களை *primary caretaker*ஆக அங்கீகரிப்பதில்லை. இத்தனைக்கும் இன்றைய அப்பாக்கள் சமைக்கிறார்கள், டயப்பர் மாற்றுகிறார்கள், குளிப்பாட்டி விட்டு, பள்ளிக்கு அழைத்துச் சென்று விடுகிறார்கள். சிலர் தாயை விட பாசத்தைக் கொட்டுகிறார்கள். ஏனென்றால் சமூகம் தன் பாசத்தை அங்கீகரிப்பதில்லை எனும் உண்மையை அவர்கள் அப்போது அறிவதில்லை. ஏனென்றால் நமது சினிமாக்கள் தந்தைப்பாச செண்டிமெண்டுகளால் அவர்களை ஏமாற்றி விடுகிறது. ஏனென்றால் அவர்களுடைய உடலில் சுரக்கும்

ஹார்மோன்கள் மிதமிஞ்சிய ஒட்டுதலை, குழந்தை மீது ஏற்படுத்திவிடுகிறது. பாசம் இன்மையானது எனும் புரிதலுடன் பாசத்தைக் காண வேண்டும். பிள்ளையைப் பெறுவது அம்மா என்பதால் என்னதான் முயன்றாலும் ஒரு அப்பாவால் “பெத்தவன்” ஆக முடியாது. அது ஒரு கற்பிதம் மட்டுமே.

2) இதை நமது தாத்தா தலைமுறை ஆண்கள் தெரிந்து வைத்திருந்தார்கள். பாசத்தைப் பொறுத்த மட்டில் அவர்களுக்கு நம்மை விட குறைவான ஏமாற்றங்களும் இதய வலிகளும் இருந்தன என நினைக்கிறேன். சொல்லப் போனால் என் தலைமுறையை விட இரு தலைமுறைகளுக்கு முன்பான ஆண்களே குடும்ப உறவுநிலைகளைச் சரியாகக் ‘கையாண்டார்கள்’ என நினைக்கிறேன். ஆம் அன்று இந்தளவுக்கு ‘கவனச்சிதறல்கள்’, தொடர்ச்சியான பொருளாதார, அந்தஸ்து சீர்குலைவுகள், உருமாற்றங்கள் குடும்பத்துக்குள் சாத்தியப்படவில்லை. அன்று மாற்றங்கள் மிக மெதுவாக நிகழ்ந்தன. அன்று மிதமிஞ்சிய அளவுக்கு ஆண்களுக்கு சாதகமாக இந்த அமைப்பு இருந்தது. ஆனால் அன்று நீடித்த, சிக்கலற்ற உறவுகள் சாத்தியப்பட்டதற்கு முக்கியமான காரணம் அதுவல்ல: அன்றைய ஆண்களுக்கு ‘காதல்’, ‘பாசம்’ போன்ற வியாதிகள் ஆண்களுக்கு இருக்கவில்லை. என்னது இதெல்லாம் வியாதியா எனக் கேட்கிறீர்களா? ஆமாம். ஏனென்று சொல்கிறேன்.

3) மனிதர்களுக்கு உயிரியல் ரீதியாகப் புரியாத ஒரு விழுமியம் ‘சமத்துவம்’ - நம்மால் இயல்பாகவே யாரையும் சமமாக நடத்த முடியாது. அதை சமூகம் பொருளாதாரம், சட்டம், கலாச்சாரம், அதிகாரக் கட்டமைப்புகள் வழியாக நம் மீது திணித்திட்டாலே ஏற்போம். நாம் (நாய்கள், குரங்குகளைப் போன்று) குழுவில் ஒரு படிநிலையுடன் இயங்கும் மிருகங்கள். அதனாலே ஒருவர் நமக்குக் கீழேயோ மேலேயோ இருந்தால் மட்டுமே நம்மால் கேள்வியின்றி அவருடன் நல்ல உறவில் இருக்க முடியும். நீங்கள் அடுத்த முறை எந்த நீடித்த நட்புறவிலும், குடும்ப உறவிலும் இதைக் கவனியுங்கள். வெளியே சமத்துவம் காட்டுவது போல நடித்தாலும் உள்ளுக்குள் படிநிலையின்

அதிகாரம் தெளிவாக இயங்கும். இந்த படிநிலை கலையும் போது மனிதர்கள் அவஸ்தைக்குள்ளாகிறார்கள். படிநிலையற்ற உறவானது அவர்களை நெருக்கடிக்குள் தள்ளுகிறது. ஒன்று நான் அடிமைப்படுத்தப்பட வேண்டும் அல்லது நான் அவனை / அவளை அடிமையாக்க வேண்டும் என நமது ஆழ்மனம் கட்டளையிடுகிறது. இவ்வளவு முரட்டுத்தனமாக இந்த நுட்பமான மனமாற்றம் வெளிப்படாதுதான், ஆனால் அப்படித்தான் நாம் செயல்படுவோம். இன்றைய ஆண்-பெண் உறவில், தந்தை-மகன்/மகள் உறவில் நீங்கள் இதைக் கவனிக்கலாம். நட்பில் கூட பார்க்கலாம். எப்போதெல்லாம் ‘சமத்துவம்’ தோன்றுகிறதோ அப்போதெல்லாம் அந்த உறவு அலுப்பூட்டுவதாக, அர்த்தமற்றதாகத் தோன்றி, அது உடைகிறது. ஏனென்றால் காதல், பாசம் ஆகியவையில் நாம் அனுபவிப்பவை ‘அதிகாரத்தின்’ ருசியும்தான். நீங்கள் விரும்பாவிட்டாலும் இதுவே உண்மை. நிறைய பணமும் அதிகாரமும் செல்வாக்கும் படைத்தவர்களின், அதை வாழ்நாளெல்லாம் தக்க வைப்பவர்களின் குடும்ப உறவுகளில், நட்பு வலைகளில் எப்போதும் ஒரு நீடித்த தன்மை உள்ளது இதனாலே. இவை இல்லாதவர்களோ நேசித்தவர்களால் குப்பையாக நடத்தப்படுவதும் இதனாலே. இதில் சம்பந்தப்பட்டவர்களின் தவறு அல்ல இது, மனித இயல்பே இதுதான். கடந்த அரை நூற்றாண்டில் நாம் இந்த உண்மையை மறந்து விட்டோம்.

நான் இப்போது என்னுடைய நாயை 18 மணிநேரம் முற்றிலும் கவனிக்காமல் விட்டுவிட்டாலும் 19வது மணிநேரத்தில் அதன் மீது பார்வையைச் செலுத்தினால் போதும் அது உற்சாகமாகி வாலைக் குழைத்துக்கொண்டு என்னைச் சுற்றி வரும். இதையே ஒரு மனிதனுக்குச் செய்து பாருங்கள். 19வது மணிநேரத்தில் அவர் காணாமல் போய்விடுவார். எப்போதும் நீங்கள் மனிதர்களைப் பாசம் காட்டி, கனவுகளை ஊட்டி, ஈகோவை வருடிவிட்டு பாதுகாத்துக்கொண்டிருக்கவேண் டும். இல்லாவிட்டால் உங்களை மறந்துவிடுவார்கள். நான் மூன்று வருடங்கள் என் நாயை முழுக்க - வேறுவழியின்றி - பிரிந்திருந்தேன். நான் நான்காவது வருடம் அதைச் சென்று

சந்தித்தபோது அது என்னை ஏதோ முந்தின நாள் பார்த்துப் பிரிந்ததைப் போல எகிறிக் குதித்து நக்கி எதிர்கொண்டது. பாசம் கூடியதே ஒழிய குறையவில்லை. இதை உங்கள் பணத்தை, அதிகாரத்தைச் சார்ந்து வாழாத நீங்கள் ஒரு மனிதனிடம் முயன்று பாருங்கள். அட சொந்த மகன், மகளிடம் முயன்று பாருங்கள். மனைவியிடம் முயன்று பாருங்கள். என்ன நடக்கும் என நான் சொல்ல வேண்டியதில்லை.

ஏனென்றால் மனிதனை ஒரு எஜமானனாகப் பார்க்கும் இயல்பு நாயின் மரபணுவில் உறைந்திருக்கிறது. ஒரு நாயாலும் நம்மைப் போல சக நாய்களை 'சமமாக' நடத்த முடியாது தான் என்பதை நீங்கள் நாய்களின் உலகை உற்றுக் கவனித்தால் தெரிந்துகொள்ள முடியும். நாய்களுக்கும் மனிதனுக்குமான உறவில் அதிகாரப் படிநிலை, சார்புநிலை ஆகியவை அன்புடன் ஒருவித சமநிலையுடன் இருக்கும்போது, அது ஒரு லட்சியப் 'பாச உறவு' அங்கு தோன்றுகிறது. ஆனால் மனிதர்கள் இடையே இது சாத்தியமில்லை. மனிதர்கள் தொடர்ந்து இதைப் போராடித் தக்கவைத்துக்கொண்டே இருக்க வேண்டும். அல்லது பிறக்கும்போதே கையில் வெள்ளிக்கரண்டி இருக்க வேண்டும். (பணக்காரர்களின் பாசம் பொய்யானது எனும் கதையை நம்பாதீர்கள். எல்லாருடைய பாசமும் போலியானதுதான்.) கடந்த அரை நூற்றாண்டில் நவதாராளவாதப் பொருளாதாரமும், மாறிவரும் சமூக உறவுகளும் நம்மைப் பெருங்குழப்பத்தில் ஆழ்த்தின. நாம் நாய்களைக் கூட குழந்தைகளைப் போல நடத்துகிறோம். நம் குழந்தைகளைக் கடவுளைப் போல நடத்துகிறோம். நம்முடைய அன்பானது ஒருவிதக் குற்றவுணர்வின் மீது எழுந்து நிற்கிறது. எவ்வளவு அன்பு காட்டினாலும் போதவில்லை என அதைக் காட்டுகிறவர்களுக்கும், அது தரப்படுகிறவர்களுக்கும் தோன்றுகிறது. விளைவாக நாம் பலவீனமாக உணர்கிறோம். கூடுதலாக ஒரு பாச உறவை நாடுகிறோம். குடும்பங்கள் ஒரு சில வருடங்களுக்கு ஒருமுறை உடைந்தபடியே இருக்கின்றன. நம் நண்பர்கள் நம் எண்களை ஒரு போனை மாற்றும்போது மறந்து விடுகிறார்கள். நம் காதலிகள் 'ஹாய் புரோ' என

கூலாக நம்மை முன்னாள் காதலர்களாக்கிவிடுகிறார்கள். துரோகங்களுக்கு மேல் துரோகங்கள் எல்லா நெருக்கமான உறவுகளிலும் நிகழ்ந்தபடி இருக்கின்றன.

இன்றைய நாய்கள் நம்மைப் பார்த்ததும் கடிக்கின்றன; சமூகப் பொருளாதார, அதிகார சமநிலை குலைந்தால் இன்றைய நம் குழந்தைகள் நம்மைக் காறித் துப்புகின்றன. விரும்பினாலும் விரும்பாவிடினும் முந்தைய காலகட்ட நாய்கள் நம்மிடம் மரியாதையுடன் வாலாட்டிப் பணிந்தன. பாசம் காட்டின. நேசித்தாலும் இல்லாவிடினும் முந்தைய தலைமுறை பிள்ளைகள் தகப்பனை மதித்தார்கள், பாசத்தை ஒரு கடமையாக உணர்ந்தார்கள். ஏனென்றால் இரு தலைமுறைகளுக்கு முன்பு அன்புக்கும், பாசத்துக்கும் இவ்வளவு மிதமிஞ்சிய இடத்தை நாம் அளிக்கவில்லை. அன்றும் பாசம் இருந்தது, அன்பு காட்டினார்கள், ஆனால் அதை இருத்தலின் ஒரு பகுதியாக எடுத்துக் கொண்டார்கள். இன்று அதை ஓர் உணர்வுப் பண்டமாக மாற்றிவிட்டோம். ஒரு அப்பா இன்று எப்படி “என் பாசத்தை நான் காட்டுவேன்?” என பரிதவித்தபடியே இருக்கிறார். அன்றைய அப்பாக்கள்தான் தன் மகனுடன் இருப்பதே பாசம்தான், அதைக் காட்டும் அவசியம் இல்லை, வாழ்க்கை ஒன்றும் நாடகமல்ல, உணர்ச்சியை நிகழ்த்தத் தேவையில்லை என நினைத்தார்கள்.

இன்றைய உளவியலாளர்கள் கோட்பாடாகவும், இன்றைய கலைஞர்கள் சினிமாக்களிலும் என்ன சொல்லுகிறார்கள் பாருங்கள் - “பாசத்தை அப்படியே அடக்கி வைக்காதீங்க, காட்டுங்க, இல்லாவிட்டால் என்ன மதிப்பு?” என்கிறார்கள். உண்மை என்னவென்றால் நிகழ்த்தப்படும் எதுவும் ஒரு உள்ளீடு இன்மையை மறைக்கவே அவ்வாறு செய்யப்படுகிறது. வெளியே மழை பெய்கிறது. அது ‘இருப்பதே’ தன் நிகழ்த்தலில்தான். அது தனியாகத் தன்னை, தன் ‘மழைத்தன்மையை’ நிகழ்த்துகிறதா? என் நாய் என்னிடம் வரும்போது அது வாலாட்டாவிட்டாலும் அதன் பாசத்தை நான் உணர்கிறேன். சும்மா என்னருகே வந்து அது கிடப்பதே ஒரு மொழி வெளிப்பாடுதான். ஆனால்

நீங்கள் ஒரு மனிதன் அருகே போய் சும்மா உட்கார்ந்தால் என்னவாகும்? ஐந்து நிமிடம் பொறுத்துவிட்டு, ‘உனக்கு அன்பைக் காட்டத் தெரியாதா? நீ முட்டாளா? எழுந்து போ’ என்பார்கள். அன்பை மட்டுமல்ல, மகிழ்ச்சியைக் கூட நம்மால் இன்று ‘நிகழ்த்தாமல்’ உணர முடியாது. திறமையும் அப்படித்தான். அது செயலில் அல்ல, நிகழ்த்தலில்தான் இன்று உயிர் வாழ முடியும். ஆம், நமக்கு இன்று வேறு வழியில்லை, ஆனால் அதனாலே இது ஒரு அபத்தம் என்பது இல்லாமல் ஆகாது.

தொடர்ந்து சீரியல் பாத்திரங்களின் நடிப்பைப் போல நிகழ்த்தப்படும் இந்தப் பின்நவீனப் பாசம் ஒரு கட்டத்தில் நம்மை நீர்த்துப் போக, நிலைகுலையச் செய்கிறது.

4) அடுத்து, அன்றைய அப்பாக்கள் தமக்கு தம் பிள்ளைகள் மீதிருந்த அதிகாரத்தை இயல்பாக, சிக்கலின்றி எடுத்துக் கொண்டார்கள். நாமோ பிறந்து விழுந்ததும் நமக்குக் கிடைக்காத ஒன்றை நம் குழந்தைகளுக்கு அளித்து விடத் தவிக்கிறோம் - ‘சமத்துவம்’. ஆனால் சமத்துவத்தின் பெயரில் நம் பிள்ளைகளின் அடிமைகளாக மெல்ல மெல்ல மாறுகிறோம். பெங்களூரில் நான் குடிப்பதற்கும், கஞ்சா அடிப்பதற்கும் பெற்றோரிடம் இருந்து பணத்தை மிரட்டி வாங்கிப் போகும் பிள்ளைகளைப் பார்க்கிறேன். பணக்காரக் குடும்பங்களில் அல்ல, இன்று மத்திய வர்க்கக் குடும்பங்களிலும் அனேகமாக இதுவே நிலை. என்னதான் கொடுத்தாலும் பெற்றோர்களுக்கு, தாம் தம் பிள்ளைகளிடம் நியாயமாக இல்லை எனும் உணர்வு மீந்தபடியே இருக்கிறது. இதை எப்படி சரியாக சுரண்டி பெற்றோரைத் தம் கட்டுப்பாட்டில் வைப்பது என இன்றைய குழந்தைகள் அறிந்து வைத்திருக்கிறார்கள். (நான் ஆரம்பத்தில் குறிப்பிட்டது போல பெற்றோர்களுக்கு இடையே பிரிவு வரும் போது அவர்களுடைய முன்னணிப் படைவீரர்களாக பிள்ளைகள் செயல்பட்டு வாளை தந்தையின் மாரில் சொருகுவதும் இதற்காகவே.) கடந்த அரை நூற்றாண்டில் வந்துள்ள ‘பாச’ திரைப்படங்களில் இந்தக் குற்றவுணர்வு செயல்படுவதைக் கணலாம் - “பாசமலர்” அண்ணன் தங்கை இடையிலான

ஒரு குற்றவுணர்வை நாடகீயப்படுத்துகிறது. அப்பா-மகள், அப்பா-மகன், அம்மா-மகன் படங்கள் அனைத்துமே ஒன்று பெற்றோரோ அல்லது பிள்ளைகளோ போதுமான பாசத்தை, கவனிப்பை பரஸ்பரம் அளிக்க முடியவில்லை எனும் உணர்வை மையமாகக் கொண்டவை தாம். “தவமாய் தவமிருந்து” இதைப் பிள்ளைகளின் குற்றவுணர்வாக மாற்றினால், “தங்க மீன்கள்” ஒரு தகப்பனின் குற்றவுணர்வை சமூகச்சிக்கலாக வடிவமைக்கிறது. “தளபதி” ஒரு தாயின் குற்றவுணர்வை எடுத்துக் கொண்டது. அந்தப் பாசக் குற்றத்தை மகன் மன்னிப்பதை கிளைமேக்ஸ் ஆக்கியது. “விஸ்வாசம்” போன்ற படங்கள் மசாலா மொழியில் இந்தப் பாசப்போதாமையைத் தன்னிரக்கமாக்கி நம்மை நெக்குருக வைக்க முயல்கின்றன. இப்படியான படங்களின் பட்டியலை உலகம் முழுக்க எடுத்தாள் அது நூற்றுக்கணக்கில் நீண்டபடியே செல்லும். அட, நாய்களைப் பற்றின படங்களை எடுத்துப் பார்த்தால் அவையும் இப்படியான குற்றவுணர்வை சுரண்டியே பாசப் போராட்டத்தைக் காட்டுகின்றன. கடந்த அரைநூற்றாண்டில் மனித குலம் எதிர்கொள்ளும் மிகமுக்கியமான உறவு நெருக்கடியே இதுதான் எனத் தோன்றுகிறது.

அந்தக் காலத்து தகப்பன்களும், கணவன்களும் எப்படி இருந்தார்கள் எனக் காண நாம் பஷீர், தல்ஸ்தாய் ஆகியோரின் புனைவுகளுக்குச் சென்றாலே போதும். பஷீர் தனது “பூவன் பழம்” எனும் பிரசித்தமான சிறுகதையில் சமத்துவம், குற்றவுணர்வு, பாசத்தை எனும் புடலங்காய்களைப் பற்றிக் கவலைப்படாத காதலைச் சித்தரிப்பதைக் கவனியுங்கள். ஆணும் பெண்ணும் பரஸ்பரம் சீண்டியும் தண்டித்தும் விளையாடியும் தம் காதலை வளர்த்தெடுப்பதை எந்தக் குற்றவுணர்வும் அரசியல் அரசியல் சரிநிலையும் இன்றிக் காட்டுகிறார் பஷீர். தல்ஸ்தாய் தன் “அன்னா கரெனினா”, “போரும் அமையும்” நாவல்களில் காதலை ஒரு நவீன நோயாக மாறிப்போன சூழலைச் சித்தரிக்கிறார். “அன்னா கரெனினாவில்” கிற்றி லெவினை முதலில் சந்திக்கும் போது அவன் “பாச நோயால்” ஆட்பட்டிருக்கிறான். “இப்படி ஒரு பெண்ணை நான் நேசிப்பது

சாத்தியமே இல்லை, இவள் மகத்தானவள், இவள் ஒரு தேவதை" என்றெல்லாம் நினைக்கிறான். கிற்றி அவனை நிராகரிக்கிறாள். ஆனால் அவளை ஒரு பொருட்டாக மதிக்காத, காதலை ஒரு பொழுதுபோக்காக காண்கிற விரான்ஸ்கியை ஏற்கிறாள். பின்னர் விரான்ஸ்கி தன்னிலும் வயதில் மூத்தவளான அன்னாவிடம் காதல் வயப்பட்டு கிற்றியை நிராகரிக்கிறான். மனம் உடைந்து நோயில் விழும் கிற்றி தேறி வந்த பின் முதிர்ச்சியடைந்த லெவினைச் சந்திக்கிறாள். இப்போது லெவின் தன் 'பாச நோயில்' இருந்து மீண்டு வந்திருக்கிறான். இயற்கையுடனான உறவு, விவசாய அனுபவங்கள் அவனுக்கு பெண்களை இயல்பாகப் பார்க்க கற்றுக்கொடுத்திருக்கிறது. இந்தப் புதிய லெவினை கிற்றி விரும்புகிறாள். இருவரும் திருமணம் செய்கிறார்கள். அவள் என்னதான் ஒரு சிறந்த மனைவியானாலும், அவள் ஒரு பெண் தான், எந்த மகத்துவமும் இல்லாத சாதாரணமானவள் என அவனுக்குப் புரிவதே அந்த உறவு உண்மையில் மலரும் தருணம் ஆகிறது. "போரும் அமைதியும்" நாவலில் நட்டாஷா-பியர் காதல் உறவும் இப்படியேதான் தோன்றி, பல சிக்கல்களுக்குப் பின், செண்டிமெண்டுகள் இல்லாத, சமத்துவ கற்பிதங்கள் இல்லாத, இயல்பான தாம்பத்தியமாகிறது. தல்ஸ்தாய் தன் நாவல்களில் காதலை மிகுந்த அவநம்பிக்கையுடன் சித்தரித்ததே காதல் மீதான கசப்பினால் அல்ல; நவீன காதல் போலித்தனமான ஒரு செண்டிமெண்ட், அதன் பின்னிருப்பது மனிதனின் தன்னிரக்கமே என அவர் அறிந்திருந்ததாலே. அதை அறிந்து கொண்டதற்குக் காரணம் அவர் தன் காலத்தில் காதல் எப்படி மாறி வந்தது எனத் தெரிந்திருந்தார் என்பதாலே.

5) காதலிலும் சரி, குடும்ப உறவுகளிலும், பிள்ளைகளைக் கொஞ்சும் போதும் கண்டிக்கும் போதும் சரி, உழைப்பையும் பணத்தையும் அவர்களுக்காகச் செலவிடும்போதும் சரி, நமது அன்பு ஒரு அதிகாரத்தின் மீது வீற்றிருக்கிறது என்பது குறித்த பிரக்ஞை இருக்க வேண்டும். அது எப்போதும் வேண்டுமெனிலும் உருக்குலைந்து தலைகீழாகிடக்கூடும், அதைத் தடுப்பதற்கு நாம் அதிகாரத்தைப் பாசமாகவும் பாசத்தை அதிகாரமாகவும் காட்டத் தெரியவேண்டும். குற்றவுணர்வு, தன்னிரக்கம்,

பலவீனமின்றி அன்புடன் 'இருக்கத்' தெரியவேண்டும். எந்த இடத்தில் அது சாத்தியமில்லையோ, எங்கு நாம் பிறரை நம்பி, சார்ந்திருக்கும் நிலை உள்ளதோ அங்கிருந்து விலகிட வேண்டும். ஏனென்றால் அத்தகைய குடும்ப உறவுகள் விரைவில் கசந்து துயரத்தில் தள்ளிவிடும். நம் முன்னோர்களைப் போன்றே 'அன்பை' சோற்றை எடுத்து உண்பதைப் போல, ஆடையை எடுத்தணிவதைப் போல, மழையில் சுதந்திரமாக நனைவதைப் போல, வெயிலில் விறுவிறுவென நடப்பதைப் போல எந்தத் தயக்கமும் குழப்பமும், சமத்துவக் கவலைகளும் இன்றி, அற மதிப்பீடுகள் இன்றி வெறும் இருப்பாகக் காண முடிய வேண்டும். அதாவது அன்பானது ஒரு நிகழ்த்துகலை அல்ல, அது ஒரு இருப்பின் பகுதி என நம்மால் காண முடிய வேண்டும். ஒரு நூற்றாண்டுக்கு முன்பு நாம் இழந்துவிட்ட ஓர் உளவியல் நுணுக்கத்தை, 'உலகில் தடையின்றி இருக்கும் திறனை' நாம் மீளப் பெற வேண்டும்.

பாசம் ஒரு குற்றவுணர்வானதன் சிக்கலைப் பற்றிப் பேசி ஆரம்பித்த நான் அதையே வேறொரு பொருளில் வலியுறுத்தி இந்த விவாதத்தை முடிக்கிறேன் - ஹைடெக்கரின் 'குற்றவுணர்வு'. ஹைடெக்கர் குற்றவுணர்வு என்பதைத் தன் தத்துவத்தில் உணர்வடிப்படையிலான, அதிகாரத்தின், அறத்தின் அடிப்படையிலான வழக்கமான குற்றவுணர்வில் இருந்து முழுக்க மாறுபட்டு மறுவரையறை செய்தார். முதலில் 'மனசாட்சி' பற்றிப் பேசும் அவர் அதுதான் யார் என்பதற்கும், என்ன செய்கிறோம் என்பதற்கும் பொறுப்பாவதில்லை, குற்றவுணர்வு கொள்வதில்லை என்கிறார். அதென்ன 'பொறுப்பற்ற மனசாட்சி'?

ஹைடெக்கர் இருத்தல் பற்றிப் பேசும்போது அதன் முக்கியப் பகுதியாக 'மனசாட்சியை' குறிப்பிடுகிறார். அவருடைய பார்வையில், அரிஸ்டாட்டில் போன்ற கிரேக்கத் தத்துவஞானிகளுக்குப் பிறகே இருத்தலை உணர்வுரீதியாக, பிரக்ஞைபூர்வமானதாகத் தவறாகப் புரிந்துகொள்ள ஆரம்பித்தோம். அது பின்னர் கிறித்துவம் வழியாக கருணை, அன்பு எனும் குற்றவுணர்வின் அடிப்படையின் மறுவரையறை

செய்யப்பட்டு உலகம் முழுக்கத் தாக்கம் செலுத்தியது என நீட்சே கூறுகிறார். நீட்சேயின் தாக்கம் பெற்றிருந்த ஹைடெக்கரின் இதைக் குறித்து விரிவாக ஆய்வு செய்து பிளேட்டோவுக்கு முந்தைய கிரேக்க தத்துவஞானிகளின் இருத்தல் குறித்த புரிதலை மறுகண்டுபிடிப்பு செய்ய முயன்றார். ஒரு குழந்தையைப் பார்த்தலும் அது நம் உலகின் இருத்தலுக்குள் வந்து விடுகிறது. அந்தக் குழந்தையை நம்மால் மற்றொரு உயிராக எடுத்துக்கொண்டு இயல்பாகப் பழகும்போது நம் இருத்தலும் "சொந்தமானதாக" *(authentic)* உருவாகிறது என அவர் சொல்லுகிறார். இதுவே அக்குழந்தையின் தலையை வருடி "செல்லக்குட்டி" என கொஞ்சும்போது அது போலித்தனம் ஆகிறது. இல்லாத ஓர் உணர்வை அதன் மீது சுமத்துவதாகிறது. ஒருவேளை அந்தப் "பாசம்" நமக்குள் இயல்பாக எழுந்தாலும், அக்குழந்தை நம்மிடம் 'வருவதே' பாசம் நமக்குள் தோன்றும் முன் தோன்றுகிறது. அதனாலே நாம் இரண்டாவதாக வரும் பாசத்தை முயற்சியெடுத்து அக்குழந்தையிடம் 'காட்டுகிறோம்'. எப்போதாவது ஒரு குழந்தை இன்னொரு குழந்தையைப் பார்க்கும்போது "ஏன் செல்லக்குட்டி" எனத் தலையை வருடிக் கொடுப்பதைப் பார்த்திருக்கிறீர்களா? இல்லை. ஏனென்றால் குழந்தை மற்றொரு குழந்தையைத் தன்னைப் போன்ற ஒரு மனித உயிராக, விளையாட்டுத் தோழனாகப் பார்க்கிறது. 'விளையாட்டுத் தோழன்' என்று கூட நினைப்பதில்லை, அதன் முன்பே இருவரும் சேர்ந்து விளையாட ஆரம்பிக்கிறார்கள். 'விளையாடும் இருத்தல்' அவர்கள் இருவரும் சந்தித்ததுடன் தோன்றிவிடுகிறது. அதற்கு அவர்கள் தம் விளையாட்டுத்தனத்தை நிகழ்த்தத் தேவையில்லை. பரஸ்பரம் நியாயமாக இருப்பதாக பாவிக்கத் தேவையில்லை. குழந்தைகளைப் போல நம்மால் இயல்பாக இருத்தலை எதிர்கொள்ள முடியாததாலே நாம் குழந்தைகளிடம் பாசத்தை நிகழ்த்த முயல்கிறோம். இதை ஒரு குழந்தை அறியும் என்பதாலே அது உடனே இந்தப் போலித்தனத்தை கண்டுகொண்டு, இந்தப் பாசத்தைப் பயன்படுத்தித் தன் காரியத்தை சாதிக்க முயல்கிறது; அல்லது விலகிப் போய் விடுகிறது. இந்தப் போலித்தனம் இல்லாமல் ஒரு

குழந்தையை நம் இருத்தலின் பகுதியாக பாவிப்பதன் பின்னால் ஓர் உணர்வற்ற 'உணர்வு' இருக்கிறது. இதைத்தான் ஹைடெக்கர் 'குற்றவுணர்வு' என்கிறார். நமது இன்றைய குற்றவுணர்வின் மூதாதையான, அசலான 'குற்றவுணர்வு', நம் 'இருத்தலின் குற்றவுணர்வு' இது. ஒரு காலத்தில் நம் தந்தையருக்கு இந்தக் குற்றவுணர்வை செயல்படுத்தத் தெரிந்திருந்தது. அன்று ஒரு குழந்தையை நம் உலகில் உள்ள பொருட்களில், உயிர்களில் ஒன்றாக சாதாரணமாக எடுத்துக் கொள்ளத் தெரிந்திருந்தது. (இன்று 'குழந்தையில் இருந்து தெய்வம் வரை' யாரையுமே நம்மால் அப்படி எடுத்துக் கொள்ளத் தெரியவில்லை.)

இருத்தலை போலித்தனம் இல்லாமல் அணுகுவதால் மட்டுமே இப்பிரச்சனையைச் சரிசெய்ய முடியாது என அறிவேன். ஆனாலும் சமூகக் கலாச்சாரச் சூழல்கள் மாறாத வரையில் நம் வசமிருக்கிற இருப்பை மட்டுமே நம்மால் சரிசெய்திட முடியும் என்பதால் நம் குடும்பத்துக்குள் இருந்து நாம் சீர்திருத்தத்தை ஆரம்பித்துப் பார்ப்போம்! பாசக்கிளிகள் கீழே விழுந்து துடிதுடித்து இறக்கட்டும்!

(உயிர்மை.காம், ஜூலை 2021)

பெண்களும் திருமணமும்

பெண்கள் ஏன் திருமணம் செய்வதற்கு வசதியான, நிறைய சம்பாதிக்கிற ஆண்களையே தேர்ந்தெடுக்கிறார்கள் என நண்பர் கார்த்திக் தமிழன் ஒரு ஃபேஸ்புக் பதிவில் கேட்டிருந்தார். அவர், வயதான பணக்கார வியாபாரிகளைத் திருமணம் செய்து செட்டில் ஆகும் நடிகைகளைப் பட்டியலிட்டிருந்தார். ஒப்பிடுகையில் ஆண்கள் அப்படிச் செய்வதில்லை; ஒன்று காதலித்த பெண்களை மணக்கிறார்கள், அல்லது வீட்டில் பார்த்துக் கட்டி வைக்கும் பார்க்க சுமாரான பெண்களை ஏற்றுக்கொள்கிறார்கள்.

இதை முழுக்க நிரூபிக்க முடியாது - பணமும் புகழும் படைத்த ஆண்கள் அழகான பெண்களை, மாடல்கள், நடிகைகளைத் தேடி மணம் செய்வதுண்டு. அவை காதல் திருமணங்களாக அநேகமாக இருக்கும். பண வசதி இல்லாத ஆண்களை மணமுடித்து நிம்மதியான பெண்களும் உண்டு (விராத் கோலி - அனுஷ்கா சர்மா, ஹர்த்திக் பாண்டியா - நதாஸா ஸ்டான்கோவிக்). இன்னொரு பக்கம், காதலுக்காக வீட்டை விட்டு ஓடிவந்து பிடிவாதமாக காதல் கணவனுடன் வாழும் பெண்களும் உண்டு.

ஆனால் கார்த்திக்கின் கேள்வியின் அடிப்படை காதலுக்காக மணக்க வேண்டுமா? பணம், புகழுக்காக ஒருவரைத் தேர்வு செய்வது நேர்மையற்ற செயல் அல்லவா என்பது. எனக்கு இது பத்தொன்பதாம் நூற்றாண்டு ஆங்கிலேய நாவலாசிரியர் ஜேன் ஆஸ்டின் *Pride and Prejudice, Sense and Sensibility* போன்ற நாவல்களை நினைவுபடுத்தியது. இந்நாவல்களின் சாயலில் “கண்டு கொண்டேன் கண்டுகொண்டேன்” படத்தை ராஜீவ் மேனன் எடுத்தார். *Bridget Jones's Diaries* இதன் மற்றொரு தழுவல்.

ஒரு பெண் எப்படியான கணவனைத் தேர்ந்தெடுக்க வேண்டும் என்பதே ஜேன் ஆஸ்டின் நாவல்களின் மையக் கேள்வி - ஒரு பெண் தன்னை மதிக்கிற, அன்பு காட்டுகிற, நம்பத் தகுந்த, நேர்மையான ஆணைத் தேர்ந்தெடுக்க வேண்டும்; அவன் ரொம்ப ரொமாண்டிக்காக, அழகாக, படாடோபமாக இல்லாவிட்டால் நல்லது என்பதே அவர் நாவல்களின் முடிவில் சொல்லும் பதில். காதலை அவர் “கர்வம், முன்தீர்மானம்” என அடையாளப்படுத்துகிறார். ஒரு கல்லூரி மாணவனாக எனக்கு இந்த நிலைப்பாடு பிடித்திருந்தது. ஆனால் அனுபவ ரீதியாக இந்த உண்மை புரிய எனக்கு காலம் பிடித்தது. நான் புரிந்துகொண்டது இதையே:

காதல் என்பது ஒரு துணை விளைப்பொருள் *(byproduct.)*

தன்னளவில் காதல் தோன்றுவதோ மறைவதோ இல்லை. இருவர் மகிழ்ச்சியாக இருக்க சாத்தியமாகும் போது, அதற்கு முயற்சி பண்ணும் போது, காதல் - பெட்ரோலியம் தயாரிக்கும் போது பெர்பியூம், உரம், மண்ணெண்ணெய், டீசல் உள்ளிட்ட 6000 துணைப்பொருட்களாக விளைவதைப் போல - ஒரு துணை விளைபொருளாகத் தோன்றுகிறது. ஒரு கடப்புநிலை *(transcendental)* அனுபவமாக காதல் அவர்கள் மத்தியில் தோன்றுகிறது. சுஜாதா இதை ஒரு உயிரி வேதியல் தோற்றம், ஹார்மொன்களின் விளையாட்டு என்றார். நான் அதை ஏற்கவில்லை. இது காமத்துக்கான தயாரிப்பும் அல்ல. காதலிப்பதன் மூலம் நாம் காலத்தின் அமைவுகளைக் கடந்து,

முன் தீர்மானங்களை மீறி, நமது தன்னிலையைக் கடந்து செல்கிறோம். இதுதான் அந்த மேஜிக். ஆனால் நாம் செய்யும் ஒரே தவறு நாம் “காதலில் இருப்பதாக” நினைப்பதே.

உண்மையில் காதலை நாம்தாம் உருவாக்குகிறோம். பாலில் திரளும் வெண்ணெய் போல காதல் திரண்டு வருகிறது. தோற்றுவிக்கப்படும் எதையும் போல அது அழியவும் செய்கிறது. காதலர்கள் கவிஞர்களாவது, இசையில் ஈடுபடுவது இதனால் தான் - கடப்புநிலைத் தன்மையால் காதல் ஒரு கலாபூர்வமான அனுபவமாகிறது.

ஆனால் ஒரு துணை விளைப்பொருள் மீது நின்று நீங்கள் வாழ முடியாது. உறவையும் தொடர முடியாது. காதலைப் போல வேறு பல சகிக்க முடியாத துணை விளைப்பொருட்களை ஆண்-பெண் உறவு உண்டாக்கும். அதை மீறி வர பணம், வசதி, செல்வாக்கு, சமூக அங்கீகாரம் தேவைப்படுகிறது. பணக்காரத் தம்பதியினர் விவாகரத்துக்குப் பின்பும் நட்புறவுடன் பெரிய தகராறு இல்லாமல் தொடர்வதைப் பாருங்கள் - ஒரே காரணம் பணம்தான். பெண்கள் இயல்பிலேயே புத்திசாலிகள் என்பதால், பெரிய தத்துவம் ஒன்றும் இல்லாமலே இது பளிச்சென அவர்களுக்குப் புரிந்துபோகிறது. அவ்வப்போது அவர்களுக்குப் பைத்தியம் பிடித்து “காதலில் விழுந்தாலும்”, சட்டெனத் தெளிந்து சரியான கணவனைத் தேர்ந்துகொள்கிறார்கள். அல்லது, சமூகம் அனுமதித்தால், நிம்மதியாகத் தனித்து வாழ்கிறார்கள். பெண்களின் மரபணுக்களும் இத்தேர்வில் உதவுகின்றன.

ஆண்கள் நன்றாகச் சமைத்துப் போடுகிற, குடும்பத்துக்கு “அடங்கின”, பந்தமான பெண்களையே மணமுடிக்க விரும்புகிறார்கள் என நினைக்கிறேன். காதலித்த பெண்களையே கட்டிக்கொண்டாலும் அவர்களை இப்படி மாற்ற முயலும் போது பல சிக்கல்கள் எழுகின்றன. அல்லது அவர்கள் அப்படி மாறின பிறகு முன்பு போல எப்படிக் காதலிப்பது, காதல் ஏன் அதே முகத்தைப் பார்த்தால் ஸ்விட்சைப் போட்டதைப் போல இப்போதும் வரவில்லை எனக் குழம்புகிறார்கள்.

இந்த உடலுக்காகவா, இந்த வாசனைக்காகவா, இந்த சுபாவத்துக்காகவே இப்படிக் கிடந்து ஏங்கினோம் என அதிர்ச்சியாகிறார்கள். சிலர் இந்த அதிர்ச்சியையும் மீறி தாம்பத்தியத்திலும் காதலை மீள மீள உருவாக்கி அதில் நிழலாறி வாழ்க்கையைச் சுவையாக்குகிறார்கள். ஆனால் அது ரொம்ப ரொம்பச் சிரமம் என்பதால் பலர் தோற்கிறார்கள்.

சேர்ந்து வாழும் உறவு திருமணத்துக்கு மாற்றாகுமா?

Live-in (சேர்ந்து வாழும்) உறவுகள் பற்றி சென்னை உயர் நீதிமன்றம் தீர்ப்பு வழங்கும் முன்னேயே இதைப் போன்று திருமணமற்ற உறவுகளுக்கு அங்கீகாரம் அளிக்கும் தீர்ப்புகள் 2008இல் இருந்தே சில வந்துள்ளன. ஆனால் சமீபத்திய தீர்ப்பு அதில் செக்ஸுக்குத் தரப்பட்ட அதிகாரபூர்வ அந்தஸ்து காரணமாக பரபரப்பான விவாதத்துக்கு உள்ளானது. ஏற்கனவே விவாதங்களில் சுட்டிக் காட்டப்பட்டுள்ளதைப் போல இத்தீர்ப்பு செக்ஸ் வைத்தால் திருமணம் என எளிமைப்படுத்தவோ வலியுறுத்தவோ இல்லை. தொடர்ந்து குறிப்பிட்ட ஒரு கால அளவுக்கு தம்பதியினர் சேர்ந்திருந்தால் அது திருமணமாக அங்கீகரிக்கப்படலாம் என்கிறது. கூடவே "உடலுறவு கொண்டிருந்தால்" எனும் சொற்களும் சேர சிலர் அதை எப்படி நிரூபிக்க முடியும், திருமணம் என்பது செக்ஸ் மட்டும் அல்லவே என நியாயமான கேள்விகளைக் கேட்டனர்.

இது ஒரு புறம் இருக்க, திருமணம் எனும் சடங்கு அவசியமில்லை என்கிற சமகாலப் போக்குக்கு இத்தீர்ப்பு தரும் அங்கீகாரம் தான் மரபார்ந்த ஆட்களைப் பதற்றப்பட வைத்திருக்கிறது. ஆனால் இந்தத் தீர்ப்பு கூடசேர்ந்து வாழும் உறவுகளைத் திருமணம் என்கிற சட்டகத்துள் கொண்டு வருகிற முயற்சிதான்.

உதாரணமாகச் சேர்ந்து வாழ்கிறவர்கள் குடும்ப நீதிமன்றத்திற்குச் சென்று தங்களது உறவுநிலைக்கான ஆதார சான்றிதழுக்கு விண்ணபப்பிக்க வேண்டும். நீதிமன்றம் வேறேதாவது ஆவணங்கள் அல்லது சாட்சிகளைப் பரிசீலித்துச் சான்றிதழை அளிக்கலாம். ஆனால் இப்படி சான்றிதழ் பெறுவது பதிவுத் திருமணத்துக்குக் கிட்டத்தட்ட நிகர்தான். ஒருவிதத்தில் இது *live-in* உறவின் நோக்கத்தை முறியடிக்கக் கூடியது.

சேர்ந்து வாழும் உறவை திருமண அமைப்போடு ஒப்பிடுகிறவர்கள் பின்னதன் பத்திரத்தன்மையை, சாஸ்வதத்தை அழுத்துகிறார்கள். சேர்ந்து வாழும் உறவுகளைப் பற்றி விவாதிக்கும் முன் இது எந்தளவுக்கு உண்மை எனக் கேட்க வேண்டும். ஒருபுறம் இன்றைய திருமணங்கள் கணிசமாக விவாகரத்தில் சென்று முடிவதைப் பற்றிப் பேசிக்கொண்டே நாம் இன்னொருபுறம் திருமண அமைப்பை அப்பழுக்கற்ற கச்சிதமான ஒன்றாக முன்வைக்கவும் முடியாது. திருமண அமைப்பு இன்றுள்ள எதார்த்தத்தைக் கணக்கிலெடுத்து தகவமையாமல் விரிசல் விடத் தொடங்கி உள்ளது என்பதே உண்மை. சேர்ந்து வாழும் உறவு குறித்த நீதிமன்றத் தீர்ப்பும் அதனை இந்தச் சமூகம் முழுக்க உதாசீனிக்காமல் சீரியஸாக விவாதிப்பதும் இதைக் காட்டுகிறது.

ஆனால் இந்தியாவில் குடும்ப அமைப்பு எளிதில் காலியாகாது. அதற்கு அதன் பாதுகாப்போ உயர்வோ காரணமல்ல. குடும்ப அமைப்பு நம் சாதி அமைப்பைத் தக்க வைக்க மிகவும் அவசியம். சாதியும் குடும்பமும் கிட்டத்தட்ட ஒன்றுதான். பா.ம.கவினரும் ஆர்.எஸ்.எஸ்ஸும் தொடர்ந்து காதலை எதிர்ப்பது சாதிய படிநிலையைக் காப்பாற்றுவதற்குத்தான். இதை நேரடியாக ஒத்துக்கொள்ள முடியாமல்தான் தொடர்ந்து குடும்ப அமைப்பின் பரிசுத்தம், மகத்துவம் குறித்து பாவனை செய்து கொண்டிருக்கிறோம்.

சாதிப் பெருமிதம் மிகச் சிறுவயதில் இருந்தே நமக்குத் தொற்றுகிறது. வீட்டுக்குள் அப்பா அம்மா எப்படி பிறரிடம் இருந்து தம்மைத் தனித்து மேலாகக் காட்டிப் பேசுகிறார்கள்

என குழந்தை கவனிக்கிறது. என்னுடைய குடியிருப்பில் ஒரு ஆறு வயது பிராமணக் குழந்தை இப்போதே கடும் மமதையுடன் நடந்து கொள்கிறது. பிறரை மதிக்காமல், தன்னை புத்திசாலியாகக் காட்டிக் கொள்ளும் அதன் முயற்சிகள் வியப்பளிக்கின்றன. இந்தச் சாதி மனநிலையை அது தன் பெற்றோரிடம் இருந்து மட்டும் தான் கற்றுக்கொண்டிருக்க முடியும். நம்முடைய குடும்ப அமைப்பு வெறுமனே ஒரு வாழ்க்கை முறை அல்ல. எந்த நாட்டின் நகரத்தில் சிதறி இருந்தாலும் நம்முடைய சாதி அடையாளத்தை பத்திரமாகப் பாதுகாக்க இந்த உறவுப்பின்னல் தான் பயன்படுகிறது. சேர்ந்து வாழும் உறவுகள் இந்தப் பின்னலைச் சிதறடிக்கின்றன. வேறுபட்ட பின்னணியைச் சேர்ந்தவர்கள் இணைந்து தாமே தேர்ந்தெடுக்கும் நண்பர்களைச் சொந்தக்காரர்களாக மாற்றி ஒரு புது சமூகம் உருவாக்கும் சந்தர்ப்பத்தை ஏற்படுத்துகிறது.

குடும்பத்தின் பண்புகள் குறித்து நமக்குள்ள பல நம்பிக்கைகள் வெறும் கற்பிதங்கள். முதலில் சேர்ந்து வாழும் உறவுகளைப் போன்றே சம்பிரதாயக் குடும்ப உறவுகளும் தற்காலிகமாகவே இன்று மாறிவருகின்றன. கணவன் உயர்ந்த அந்தஸ்தோடு நிறைய சம்பாதிக்கிறவனாக இல்லாவிட்டால் பெண்ணின் பெற்றோர் தலையிட்டு தம்பதியினரைப் பிரித்து வைத்து விடுகிறார்கள். இது என் நண்பர்கள் நான்கு பேருக்கு நடந்ததைக் கண்கூட பார்த்திருக்கிறேன். வரதட்சணை போதாது என்று பெண்கள் கொளுத்தப்படுவது மற்றொரு வாடிக்கை. சேர்ந்து வாழும் உறவில் குறைந்தபட்சம் மாமனார் மாமியார்கள் உருவாக்கும் ஆபத்துகள் இல்லை.

இன்னொரு கற்பிதம் மரபான குடும்ப அமைப்புக்குள் குழந்தைகள் ஆரோக்கியமாக வளர்கிறார்கள் என்பது. இதுவும் உண்மை அல்ல. கணிசமான குடும்பங்களில் குழந்தைகள் தம் பாட்டுக்கு வளர்கின்றன. அவர்களைக் கவனிக்க பெற்றோர்களுக்கு அக்கறையோ நேரமோ இருப்பதில்லை. திருச்சியில் உள்ள ஒரு பிரபல போர்டிங் பள்ளியில் ஏன் இவ்வளவு குழந்தைகளை விட்டுப் போகிறார்கள் என ஒரு

ஆசிரியரைக் கேட்டேன். தங்களிடம் வளர்வதை விட விடுதியில் நின்று படித்தால்தான் குழந்தைகள் ஒழுக்கமாக வளர்வார்கள் என பெற்றோர்கள் நம்புவதாய் அவர் சொன்னார். குழந்தைகள் பல தம்பதியினருக்கு இன்று ஒரு பாரம்தான் (வெளிப்படையாக அவர்கள் ஏற்க மறுத்தாலும்). உளவியல்படி மனிதர்களுக்கு உள்ள பல ஆளுமைக் கோளாறுகள் இளவயதில் குடும்பத்தில் ஏற்படும் பிரச்சனைகளால் தோன்றுகின்றன. நம்முடைய குடும்பங்களில் ஆரோக்கியமான வளர்ப்புச் சூழல் இருந்தால் இவ்வளவு வளர்ந்தவர்கள் ஏன் கோணலான மனதோடு இருக்கிறார்கள்? ஜெயலலிதாவின் வாழ்க்கைக்கதையைப் படிக்கிறவர்கள் அவர் விமானத்தில் பணிபுரிந்த தன் திருமணம் செய்யாத அத்தையைப்போல் சுதந்திரமாக நவீனமாக ஆகி குடும்பச் சூழலில் இருந்து வெளியேற எவ்வளவு ஏங்கினார் என புரியும். இன்று முதலமைச்சராக ஆன பின் அவரிடம் உள்ள ஆளுமைக்கோளாறுகளுக்கு அவர் வளர்ந்து வந்து அழுத்தமான குடும்பச் சூழலும் ஒரு காரணமே. கணிசமான சர்வாதிகாரிகள் ஒரு காலத்தில் தம் அப்பா அல்லது அம்மாவை எதிர்க்க முடியாமல் அந்தக் கோபத்தை வெறுப்பை சமூகத்தின் மீது ஆதிக்கமாகக் காட்டுகிறவர்கள் தாம். தொடர்ந்து குழந்தைகளை ஒரு அச்சில் வைத்து வார்க்க முயலும் இந்தக் குடும்ப அமைப்பு அவர்களைச் சிதைத்து கொடூரமானவர்களாக மாற்றி சமூகத்துக்கு அனுப்பி விடுகிறது. குடும்பங்கள் மோசமான வாழ்க்கைப் பயிற்சி நிறுவனங்கள்.

பல ஒற்றைப் பெற்றோர் குழந்தைகளைத் தத்தெடுத்து சுணக்கமின்றி ஆரோக்கியமாக வளர்ப்பதைப் பார்க்கிறோம். அப்பாவால் அறிவு போதிக்கப்பட்டு, அம்மாவின் மடியில் படுத்து பால் குடித்து, பாட்டியிடம் கதை கேட்டு, சாலையில் போகிற நாயின் மீது கல்லெறிந்து தாம் குழந்தைகள் கச்சிதமாக வளர முடியும் என்பது ஒரு கற்பனை. கலீல் ஜிப்ரான் சொன்னது போல் குழந்தைகள் இறைவன் எய்த அம்பு. அது சரியான இலக்கை போய் அடைந்து விடும். நீங்கள் தடுக்காமல் இருந்தால் போதும். *Live-in* உறவில் குழந்தை பிறந்தால், பிறகு தம்பதி பிரிய நேர்ந்தால் யாராவது ஒருவர் அக்குழந்தையை

வளர்க்க முடியும். இன்று பல ஒற்றைப்பெற்றோர்கள் குழந்தை வளர்ப்பதற்கு சம்பிரதாய குடும்ப ஆதரவுகள் அவசியமில்லை என நிரூபித்திருக்கிறார்கள்.

சேர்ந்து வாழும் உறவின் நோக்கம் என்ன? அது அந்த உறவின் வகையைப் பொறுத்தது. பொதுவாக (1) தற்செயலாய் திட்டமிடப்படாமல் நடப்பவை, (2) கவனமாய் திட்டமிடப்படுபவை, (3) கடப்பாடு கொண்டவை, (4) மாற்று உறவு என நான்காகப் பிரிக்கப்படுகின்றன. நாம் பொதுவாக சேர்ந்து வாழும் உறவை வெறும் செக்ஸுக்காகச் சேர்ந்து வாழ்வது அல்லது எதிர்காலத் திருமணத் துணையைத் தேர்ந்தெடுப்பதற்கான ஒரு அவகாசம் என பார்க்கிறோம். ஆனால் எல்லா சேர்ந்து வாழும் உறவுகள் இந்த நோக்கத்துக்காக உருவாவதில்லை.

முதல் வகையில் காதல் ஜோடிகள் ஒரு வசதிக்காகச் சேர்ந்து வாழ்கிறார்கள். தினமும் ஒருவரை ஒருவர் சந்திக்க கடற்கரை, பூங்கா, காபி டே என அலைவதற்கு ஒரு வீட்டை வாடகைக்கு எடுத்து சேர்ந்து வாழ்வது மேல் என நினைத்துச் சேர்ந்து வாழும் உறவுக்குள் நுழைகிறார்கள். இவர்கள் சேர்ந்து வாழும் காதலர்கள், தம்பதி அல்ல. வெறும் செக்ஸுக்காகவும் சேர்ந்து வாழும் உறவை இவர்கள் வரிப்பதில்லை. ஏற்கனவே செக்ஸ் உறவு இவர்களுக்குள் இருக்கிறதுதான். சேர்ந்து வாழும் வாழ்க்கை இவர்களின் காதல் உறவுக்குக் கால இட வசதிகளைத் தருகிறது, அவ்வளவுதான். நகரங்களில் மேற்தட்டு காதலர்கள் அல்லது நன்கு சம்பாதிக்கும் இளைஞர்கள் இப்படியான திட்டமிடாத சேர்ந்து வாழும் உறவுக்குள் நுழைகிறார்கள். சென்னையில் வாழும் சிங்கி என அழைக்கப்படும் பல வடகிழக்கு மாநில இளைஞர்கள் ஜோடியாக சேர்ந்து வாழும் உறவில் தான் வாழ்கிறார்கள். கறாராக ஒரே மொழி பேசும் ஒரே இனக்குழுவைச் சேர்ந்த ஜோடிகள் தாம் இவ்வாறு சேர்கிறார்கள். ஒரு மலையாளிப் பெண்ணும் தமிழ் இளைஞனும் சேர்ந்து வாழ்வது போல் வடகிழக்கு மாநில ஆட்களிடையே பார்க்க இயலாது. அவர்கள் மேற்கத்திய நாகரிகத்தை வரிக்கிறவர்கள்.

ஆனால் இனக்குழு விசயத்தில் மட்டும் கட்டுப்பெட்டி.

இந்தத் தீர்ப்பு பெண்களுக்கு ஆதரவானது என ஒரு கருத்து பரவலாகத் தெரிவிக்கப்பட்டது. நாம் மேலும் குறிப்பாக இதனைத் திருமணம் செய்யும் நோக்கில் சேர்ந்து வாழும் உறவில் இருக்கிற பெண்களுக்கு எனப் புரிந்துகொள்ள வேண்டும். பெண்கள் அத்தனை பேரும் தாம் செக்ஸ் வைத்துக் கொள்கிற ஆண்களை மனதுக்குள் கணவனாக வரிக்கிறார்கள் என்பது ஓர் அபத்தமான புரிதல். சேர்ந்து வாழும் உறவுகளில் அதிகமும் படித்த வேலை பார்க்கும் சுதந்திரமான பெண்கள் தாம் ஈடுபடுகிறார்கள். காதலின் பேரில் உறவு கொண்டு கர்ப்பமானதும் பெண்ணை ஏமாற்றுவதைச் சேர்ந்து வாழும் என நாம் கருத முடியாது.

குழந்தை பெற்று குடும்பத்தைப் பராமரிப்பதற்கும் பணம் சம்பாதித்து வாழ்வில் சுதந்திரத்தை அடைவதற்கும் இடையே ஒரு எதிர்வித சம *(inversely proportional)* உறவு உள்ளது. அதாவது நிறைய சம்பாதித்து தொழிலில் உயர விரும்புகிற பெண்கள் தாமதமாக திருமணம் செய்கிறார்கள் அல்லது குழந்தைப்பேறை தள்ளிப் போடுகிறார்கள். முப்பதில் இருந்து முப்பத்தைந்து வயதைத் தாண்டுகிற பட்சத்தில் அவர்களின் குழந்தைப்பேறு திறனும் குறைகிறது. ஆனால் இப்பெண்கள் இதை ஒரு பெருங்குறையாக நினைப்பதில்லை. இன்றைய தொழில்நுட்பம் மூலம் திருமணம் (செக்ஸ்) இல்லாமலே குழந்தை பெறலாம். அல்லது தத்தெடுக்கலாம். நம் சமூகம் அதிக பொருளாதார வளர்ச்சி அடைய அடைய குழந்தைப்பேறு குறைந்துகொண்டே போகிறது. இந்தப் போக்கு அமெரிக்காவில் வலுவாக இருந்து இப்போது இந்தியாவிலும் கணிசமாகப் பரவி வருகிறது. கவனியுங்கள் குழந்தை பெறாததற்கும் குடும்ப அமைப்பிற்கும் சம்பந்தமில்லை. குடும்பம் மூலம் கிடைக்கும் செக்ஸ், குழந்தை, பாதுகாப்பு, அந்தஸ்து என பலவும் அது இல்லாமலே கிடைக்கும் நிலையில் குடும்பம் காலாவதி ஆவது இயல்புதானே. முப்பத்தைந்து வயதுக்கு மேல் ஒரு பெண் திருமணம் செய்து பிறகு குடும்பம் அமைக்க பகீரத

முயற்சிகள் செய்வதற்கு அதுவரை *live-in* உறவில் இருந்து விட்டு வேண்டுமென்றால் தொடர்வது மேலும் வசதி தானே. மாறாக குடும்ப அமைப்புக்குள்ளும் தம்பதியினர் செக்ஸ் வைப்பதும், குழந்தைப் பேறும் கணிசமான அளவில் இன்று குறைந்து வருவதும் இன்னொரு எதார்த்தம்.

இது முற்றிலும் சமூக வளர்ச்சி, பொருளாதாரம், தனிமனித சுதந்திரம் சம்பந்தப்பட்ட பிரச்சனை. இந்தப் பிரச்சனைக்கான விடை இன்றைய குடும்ப அமைப்பில் இல்லை என்பதே முக்கிய சிக்கல். அதனால்தான் குடும்ப அமைப்பின் மீதுள்ள நம்பிக்கையை இளைய தலைமுறை மெல்ல மெல்ல இழக்கத் தொடங்கி உள்ளது. பெண்களுக்கு குறிப்பாய் தொழில் வாழ்வில் தொடர்ந்து முன்னேறும், சுதந்திரமாக வாழும் இடத்தைக் குடும்ப அமைப்பு நல்காத வரை சேர்ந்து வாழும் உறவுக்கான மவுசு அதிகரித்துக்கொண்டே போகும். குடும்ப ஆதரவாளர்கள் சேர்ந்து வாழும் உறவுக்கு எதிராக அல்ல போர்க்கொடி தூக்க வேண்டியது. அவர்கள் தம் வீட்டின் ஒழுகும் கூரையை முதலில் சீர்செய்ய வேண்டும்.

இன்று சேர்ந்து வாழும் உறவுகளில் புலம்பெயர் தொழிலாளர்கள் அதிகம் ஈடுபடுகிறார்கள் என்னும் புள்ளிவிபரம் முக்கிய கோணம் ஒன்றைத் தருகிறது. இது முழுக்க ஒரு பணக்கார மேட்டுக்குடி சமாச்சாரம் அல்ல. என் வீட்டில் வேலை செய்த பெண் ஒரு அசாம்காரருடன் *live-in*இல் உள்ளார். அவருக்கு அசாமில் மனைவி உள்ள விபரத்தை மறைத்து தான் உறவு கொண்டார். பின்னர் தெரிந்த பின் அவரது குழந்தையையும் சேர்த்து இப்பெண் பார்த்துக் கொள்கிறார். இவ்விசயத்தில் *live-in* குடும்பத்துக்கும் குடும்பமின்மைக்கும் இடைப்பட்ட ஒன்றாக இருப்பதை பார்க்கிறோம். சேர்ந்து வாழும் உறவை வகைப்படுத்துவது மிக சிரமம். ஆனால் இன்றுள்ள பொருளாதார நெருக்கடி மற்றும் பொதுவான சமூக உளவியல் அழுத்தங்களுக்கும் சேர்ந்து வாழும் உறவுக்கும் ஒரு தொடர்பு உள்ளது. எந்த விசயத்திலும் பொறுப்பெடுக்க ஒரு அச்சம் எல்லோருக்குள்ளும் உள்ளது. திருமணம் செய்து குடும்பம் நடத்த ஆகும் செலவுகள் மட்டுமல்ல அப்படி ஒரு

பொறுப்பை மேற்கொள்ள வேண்டும் எனும் எண்ணமே ஒரு பதற்றத்தை கிலியைத் தூண்டுகிறது. இது எப்படி வெளிப்படுகிறது என்றால் பல காதல் ஜோடிகள் தம்மிடம் போதுமான சேமிப்பு இல்லை என்று சாக்கு சொல்லியே திருமணத்தைத் தள்ளிப் போடுகிறார்கள். திருமணத்தை ஏதோ கோடிக்கணக்காய் முதலீடு செய்து ஒரு தொழிற்சாலை நிறுவுவது போல் பார்க்கிறார்கள். இதன் விளைவாக நமக்கு எதிலும் ஒட்டாமல் ஒட்டியிருக்கத் தோன்றுகிறது. *Live-in* இந்த அணுகுமுறையின் ஒரு நோய்க்குறி என்றும் பார்க்கலாம்.

திருமண உறவில் ஒரு எழுதப்படாத ஒப்பந்தம் உள்ளது. அந்த ஒப்பந்தத்தைக் கூடிய மட்டும் மறைமுகமாக மட்டுமே மீற முடியும். பாலியல் ஒழுக்கத்தை இதன் ஒரு பகுதி எனலாம். சேர்ந்து வாழும் உறவில் இருப்பவர் ஃபேஸ்புக்கில் திருமணமானவர் என போடமாட்டார். *"In a relationship"* தான். அதாவது ஒப்பந்தம், கறாரான விதிமுறைகள் இல்லை. *In a relationship*இல் இருக்கிறவர் ஒரே நொடியில் அந்த ஆப்ஷனை மாற்றிவிட்டு மற்றொரு பெண்ணைக் காதலிக்கலாம். சரி திருமண உறவிலும் அப்படிச் செய்யலாம். உங்களைக் கைது பண்ணவெல்லாம் முடியாது. ஆனால் சமூக அழுத்தம் உங்களை அப்படிப் பண்ணாமல் தடுக்கும். திருமணமானவர் என்று சொன்னால் உங்கள் காதல் தகுதி பிற பெண்களிடையே எப்படியும் குறைந்து போகும். ஆனால் *live-in* இல் இந்தச் சமூக அழுத்தம் அது தரும் அரூபமான ஆனால் வலுவான பாதுகாப்பு இல்லை. இது உறவுக்குள் ஒரு பதற்றத்தைத் தூண்டுகிறது என்பது உண்மை தான். நான் முதலில் குறிப்பிட்ட வகைமைகளுக்குள் முதல் மூன்றிலும் இது நடக்கலாம்.

எனக்கு ஒரு நண்பர். ஆங்கிலோ இந்தியர். அவர் ஒரு மலையாளி சிறியன் கிறித்துவப் பெண்ணைக் காதலித்தார். அப்பெண் சென்னையில் தனியாக ஒரு குடியிருப்பில் வாழ்ந்து வந்தார். நண்பருக்கு ஒரு நாள் அவர் அப்பாவுடன் கடும் தகராறு. பெட்டி படுக்கையோடு காதலியின் வீட்டுக்கு வாழ வந்து விட்டார். இப்படி அவர்களின் சேர்ந்து வாழும் உறவு ஆரம்பித்தது. ஒருமுறை அப்பெண் கர்ப்பமாக அதைக்

கலைத்துவிட்டார்கள். அதைக் கேட்க எனக்கு வருத்தமாக இருந்தது. இன்னொரு முறை நடந்ததுதான் சுவாரஸ்யம். அவர்கள் பெங்களூரில் வேலை கிடைத்து அங்கே சேர்ந்து வாழ்ந்தார்கள். ஒரு நாள் அப்பெண்ணின் தோழி வீட்டுக்கு வந்திருந்தார். அன்றிரவு நண்பர் காதலியின் தோழியின் அறைக்குப் போய் செக்ஸ் வைத்துக் கொண்டார். அத்தோழி பெண்களுக்கே உரிய “சமயோஜித புத்தியுடன்” அடுத்த நாள் காலையில் இந்த சாகசத்தைப் பற்றி என் நண்பரின் காதலியிடம் சொல்லிவிட்டார். கடும் சண்டை. சில வாரங்கள் பேசாமல் இருந்துவிட்டு மீண்டும் இணைந்துகொண்டார்கள். இந்தப் பிரச்சனையில் யாரும் யாரையும் குறைகூற முடியாது. சமூகமும் என் நண்பரைக் குற்றம் சாட்டாது. அவர்தான் எந்த ஒப்பந்தத்தையும் மீறவில்லையே! ஆனால் தற்போதைய சட்டம் இருவரின் சேர்ந்து வாழும் உறவையும் திருமணமாக அங்கீகரிக்குமானால் நண்பர் செய்தது சட்டப்படி குற்றம் ஆகும். ஆக இந்த உயர் நீதிமன்றத் தீர்ப்பு சேர்ந்து வாழும் உறவின் ஆதார நோக்கத்துக்கே எதிரானது எனலாம். செக்ஸை ஒரு பாத்தியதையாக அது மாற்றுகிறது.

இறுதிவகையான மாற்று உறவு சேர்ந்து வாழும் உறவு இன்று ஸ்வீடன், நார்வே போன்ற நாடுகளில் குடும்ப அமைப்புக்கு நிகரான அந்தஸ்தை அங்கீகாரத்தைப் பெற்றுள்ளன. இந்த வகை சேர்ந்து வாழும் உறவு திருமணத்துக்கு ஒரு மாற்றாக இயங்குகிறது. இது திருமணத்துக்கான தயாரிப்போ பரிசோதனையோ அல்ல. ஸ்வீடனில் சேர்ந்து வாழும் உறவுகளில் குழந்தைகள் பிறப்பதும் அதிகம். அங்குள்ள குழந்தைகளில் பாதி சதவீதம் சேர்ந்து வாழும் உறவில் பிறந்து, சேர்ந்து வாழும் உறவிலே வளர்க்கப்படுபவைதாம்.

ஒரு மாற்றுத் திருமணமாகச் சேர்ந்து வாழும் உறவின் சாத்தியங்களை நாம் பரிசீலிக்கத் தொடங்க வேண்டும். பெரியார் சாதியை அழிப்பதற்கு முதலில் கடவுளை மறுத்தது போல, சாதியை பலவீனமாக்க நாம் சேர்ந்து வாழும் உறவை ஆதரிக்கத் தொடங்கலாம். எல்லா உறவுகளையும் திருமணத்தில் போய் முடிக்க நினைக்கும் பிடிவாதத்தையும் நாம் கைவிட

வேண்டும். காதல் திருமணங்களின்போது கூட யாரோ ஒருவர் இன்னொருவரின் சாதி மேலாண்மையை அங்கீகரிக்க மதச் சடங்குகளை ஏற்க வேண்டி வருகிறது. சொந்தபந்தங்களின் அழுத்தம் இதற்கு முக்கிய காரணமாக இருக்கிறது. சேர்ந்து வாழும் உறவுகளுக்கு சமூகத்தில் அங்கீகாரம் கிடைக்கும் பட்சத்தில் காதலிப்பவர்கள் இவ்வளவு சமரங்கள் செய்து தான் இணைய முடியும் (அதற்காக கிராமங்களையே ஒட்டுமொத்தமாக சாதி வெறியர்கள் எரிக்க அனுமதிக்கும்) அவலம் இல்லாமல் ஆகும். பொருளாதார நெருக்கடி மிக்க, தொழில்முறை முன்னேற்றத்திற்காகக் கடும் தியாகங்கள் பெண்கள் செய்ய நேர்கிற சூழலில் அவர்கள் பாசாங்கின்றி குற்றவுணர்வின்றி சுதந்திரமாக வாழவும் சேர்ந்து வாழும் உறவுகள் நல்ல மாற்றுவழியாக இருக்க முடியும்.

ஒன்று குடும்ப அமைப்பு நவீனப்பட வேண்டும். அல்லது அது சீரழிந்து சேர்ந்து வாழும் உறவு அந்த இடத்தை எடுக்கும். அல்லது சமூகத்தில் இரண்டும் சரிசம ஆதரவோடு சேர்ந்து இருக்கும் ஒரு சூழலும் கூட எதிர்காலத்திலும் உருவாகலாம்.

தங்குதடையற்ற காதல்

காலையில் நான் ஒரு இனிய கனவுக்குள் புதைந்து புதைந்து தூங்கிக்கொண்டிருந்தபோது ரெயின்போ எப்.எம்மில் அழைத்து திருக்குறள் தினம் பற்றி இரண்டு நிமிடம் பேச முடியுமா எனக் கேட்டார்கள்.

தயாராவதற்கு அரைமணி அவகாசம் கேட்டுவிட்டுப் பேச உட்கார்ந்தேன். இதனிடையே எனக்குப் பிடித்த சில குறள்களை அசைபோட்டவாறிருந்தேன். ஒரு எளிய குறளின் முதல் வரி - நான் திரும்பத் திரும்ப யோசிப்பது - “அன்பிற்கும் உண்டோ அடைக்கும் தாழ்”. அது என் சிந்தனைகளைக் கிளறி விட்டது. தங்குதடையற்ற காதல். அதைப் பற்றியே பேசலாம் என முடிவெடுத்து ஆரம்பித்தேன்.

முதலில் பள்ளியில், பிறகு சில சினிமா பாடல்களில் என இவ்வரி என்னைப் பின்தொடர்ந்தபடியே உள்ளது. அன்பு எளிமையாக நாம் அன்றாட வாழ்வில் காட்டக்கூடியதுதானே.

அதை ஏன் தடுக்க முடியாதது என வள்ளுவர் சொல்கிறார்? அதை என்று தான் தடுத்து வைத்தோம்? இப்படி எல்லாம் பள்ளியில் படிக்கும்போது குழம்பி இருக்கிறேன். இக்குறளுக்கும் பல வித விளக்கங்கள் உள்ளன. வள்ளலார் போன்றோர் முழுக்க ஆன்மிகப் பார்வையில் விளக்கி இருக்கிறார்கள். காமத்துப் பாலில் ஒரு குறளில் காதலை மத யானையுடன் வள்ளுவர் ஒப்பிடுவார் (இது பின்னர் “காதல் யானை வருகிறான் ரெமோவாக” சினிமாவில் வந்தது). அன்பை மதம் பிடித்த யானையின் ஆற்றலோடு ஒப்பிட்டு புரிந்துகொள்ளவே விரும்புகிறேன். ஏன் எனச் சொல்கிறேன்.

உண்மையான அன்பில் ஒரு மூர்க்கம், கண்மூடித்தனம் இருக்கும். அதை எடை தூக்கிப் பார்க்க, தர்க்கத்தால் அலச முடியாது. இதை நட்பில், காதலில், வாசிப்பில் கூட பார்க்கலாம். அன்பை நடைமுறை எதார்த்தத்தால் புரிந்து கொள்ள முடியாது என்பதையே வள்ளுவர் சொல்ல வருகிறார். மரத்தில் இருந்து புளியங்காய் உதிர்வது போல் சிலர் வாரத்துக்கு ஐந்து நண்பர்களை உதிர்ப்பார்கள், புதிதாய் ஐந்து பேரை நண்பர்களாய்ச் சேர்த்துக்கொள்வார்கள். காதலிலும் இந்தப் போக்கு இன்று உருவாகி உள்ளது. திருமணத்திலும் மிகச் சுலபமாய் பிரிவு பற்றி யோசிக்கத் துவங்குகிறோம். இதற்கு அடிப்படைக் காரணம் தர்க்க சிந்தனை இன்று அன்பில் ஆதிக்கம் செலுத்துவது. நடைமுறையில் அன்பு உதவுமா எனப் பார்க்கிறோம். ஒருவர் தொந்தரவு அளிக்கக் கூடியவர், அவரால் நமக்கு வேதனை ஏற்படுகிறது என்றால் உடனே அந்த உறவைக் கைவிடலாம் என நினைக்கிறோம். விவாகரத்துகள், காதல் பிரிவுகள் இன்று மலிகின்றன. யோசித்துப் பார்த்தால் எல்லா உறவுகளிலும் பிரிவதற்கு பத்து போதுமான வலுவான காரணங்கள் நிச்சயம் இருக்கும். அதையும் சகித்துதான் அவ்வுறவுகள் தொடர்கின்றன. ஒரு மூர்க்கமான, காட்டாற்று வெள்ளம் போன்ற இச்சை, விருப்பம், அன்பு இருந்தால் அவ்வுறவுகள் என்ன துன்பம் ஏற்பட்டால் விலகாது.

என்னிடம் சில நண்பர்கள் திருமணத்துக்கு முன் அறிவுரை கேட்பார்கள். ஒரு பெண்ணிடம் கண்மூடித்தனமான அன்பு

இருந்தால் ஒழிய அவளுடன் 30, 40 வருடங்கள் வாழ்வது வீண் எனச் சொல்வேன். அந்த அன்பு இயல்பாக ஆரம்பத்திலேயே இருக்கலாம். அல்லது நாமாகவே மெல்ல மெல்லப் பேசிப் பேசி உருவாக்கவும் முடியும். கடுமையான சிக்கல்கள், அலுப்புகள் தோன்றும் போதும் உறவில் ஒரு சுவாரஸ்யம், இனிமை இருந்து கொண்டே இருக்கும். ஏதாவது ஒரு கணத்தில் இவளுடன் வாழத்தான் வேண்டுமா என காரணங்களைப் பட்டியல் போட ஆரம்பித்தால் எல்லாம் முடிந்தது.

பொங்கிப் பிரவாகிக்கும் வெள்ளத்தில் மாட்டிக்கொள்வது போலத்தான் உறவுகள். மாட்டிக்கொண்டபின் தன் போக்குக்கு உறவு நம்மை அடித்துச் செல்லும். எதிர்த்து நீந்தக் கூடாது. உண்மையான அன்பில் இந்த சாகச உணர்வு இருந்துகொண்டே இருக்கும். உங்கள் காதலியிடம் / மனைவியிடம் கேட்டால் உங்களைப் பற்றி நூறு குற்றங் குறைகளை உடனடியாய் பட்டியல் இடுவாள். ஆனால் உங்களிடம் தனக்கு பிடித்ததும் இதே நூறு குறைகளே என தன் மனதிற்குள் ஒத்துக்கொள்வாள்.

எனக்கு மிகவும் பிரியமான நண்பர். அவர் என்னிடம் சொன்னார் “கடந்த இரு வருடங்களில் பலமுறை நீ என்னைத் திட்டியிருக்கிறாய். உன் உறவைத் துண்டிக்க எனக்கு ஒரு நொடி ஆகுமா சொல். நான் ஏன் அதைச் செய்யவில்லை?”. நான் பதிலுக்கு புன்னகைத்துக் கொண்டேன்.

உண்மையான அன்பு இதுபோல் ஏதாவது ஒரு விடையற்ற புள்ளியில் கேள்வி போல் தொக்கி நிற்கும்.

உணர்ச்சி பிரவாகமாய் பித்து நிலையில் நேசிக்கிறவர்கள் இருக்கிறார்கள். ஆனால் அன்பு அப்படி மட்டுமே இருக்க வேண்டியதில்லை. தடையற்ற அன்பு நிதானமாயும் நிகழ முடியும். நேர்த்தியாய் உள்ளார்ந்து நேசிக்கிறவர்களும் இருக்கிறார்கள். இதை அறிய ஒரு அளவுகோல் இவர்களின் பேச்சின் இடையே எப்போதும் தான் விரும்புகிறவர் பற்றி குறிப்பு வந்தபடியே இருக்கும். நான் கல்லூரியில் படிக்கும் போது அடிக்கடி நவீன எழுத்தின் பிதாமகரான சுந்தர ராமசாமியை நாகர்கோயிலில் உள்ள அவரது வீட்டில் சந்தித்துப் பேசுவேன். அவருக்கு

அப்போது அறுபது வயதிருக்கும். அவர் மிகவும் கவனமாய் அக்கறையாய் நேர்த்தியாய் எல்லாவற்றையும் அளந்து கணித்து வாழ்ந்தவர். அவரது காதல் மௌனமானது. என்னிடமே இருமுறை தன் மனைவி பற்றிக் குறிப்பிட்டிருக்கிறார். ஒருமுறை அமெரிக்க நூலகங்கள் பற்றிப் பேசிக்கொண்டிருந்தார். தான் வாசித்த நூல்கள் பற்றிப் பேசும்போது எதேச்சையாய் தன் மனைவியைக் குறிப்பிட்டு 'அவளுக்கு இலக்கிய வாசிப்பு போதாது' என்றார். அதில் ஒரு புகார் தொனி, குறும்புத்தனமான கடிதல் எல்லாம் இருந்தது. அதன் பிறகு அமெரிக்காவில் மனைவியுடன் தினமும் நடைபழகப் போவது பற்றி பிரியத்துடன் குறிப்பிட்டார். அப்போது அவருக்கு ஐம்பது வயதுக்கு மேல் இருக்கும். ஆனால் எதைப் பற்றிப் பேசினாலும் மனைவியை அவரால் அதில் இருந்து தவிர்க்க இயலவில்லை. நான் பிறகு சந்தித்த பல கணவர்கள் தம் மனைவியைப் பற்றிப் பேசுவதையே தவிர்த்து விடுவதைப் பார்த்திருக்கிறேன். அப்படி ஒருவர் தன் வாழ்க்கையில் இல்லை என்பது போன்றே நடந்துகொள்வார்கள். மனைவியின் வாழ்க்கையில் இவர் ஒரு நிழலாகவும் இவர் வாழ்க்கையில் மனைவி ஒரு நிழலாகவும் இருப்பார்கள். இந்த உறவில் அன்பு செத்துவிட்டது. ஆனால் சு.ரா அப்படி அல்ல. தான் இறுதி மூச்சு வரையிலும் மனைவியின் அன்பு குறித்த பிரக்ஞையுடன், அந்த அமைதியான பிரியத்துடன் இருந்திருப்பார் என ஊகிக்க முடிகிறது. ஏனென்றால் தன் வாசகர்களுடனும் சக எழுத்தாளர்களுடனும் செய்தது போல் தன் மனைவியுடனும் தொடர்ந்து உரையாடிக்கொண்டே இருந்தார். அவர் சரியாக நூல்களை வாசிப்பதில்லை என்று முதுமையிலும் புகார் சொல்கிறார் என்றால் அந்த அக்கறையின் ஆழத்தை, அன்பின் குறும்பை புரிந்துகொள்ளலாம்.

சு.ராவின் அன்பெனும் காட்டாற்று வெள்ளம் அவதானிப்புகளாலும் அக்கறையினாலும் ஆனது. காதல் கட்டற்றதாக இருக்கும்போதும் அது மென்மையாக, கண்ணியமாகவும் இருக்க முடியும். திருமணத்துக்குள் அசலான காதல் மலரும்போது அப்படியே இருக்கும்.

குழந்தைப்பேறும் விவாகரத்தும்

நடிகர் விஷ்ணு தனது மனைவி ரஜினியைத் திருமணம் செய்து குறுகிய காலத்தில் பிரிந்து விவாகரத்தானது பற்றி ஒரு தோழி என்னிடம் பேசிக்கொண்டிருந்தார். அவர் விஷ்ணுவின் விசிறி. விஷ்ணுவும் மனைவியும் கல்லூரியில் இருந்தே பழகிக் காதலித்து மணம் புரிந்தவர்கள். இவ்வளவு தீவிரமான ஒரு உறவு எப்படி குழந்தை பிறந்த பின் முறிந்திட முடியும் என தோழி புலம்பினார். விவாகரத்தைக் கோரியது விஷ்ணுவின் மனைவியே; அவர் அதற்குச் சொன்ன காரணம் திருமணமான ஒரு வருடத்தில் விஷ்ணு ஆளே மாறிவிட்டார் என்பது; விஷ்ணுவின்தரப்பு தான் தன் சக நடிகைகளுடன் மனம்விட்டுப் பேசத் துவங்கியதை, பெண்களிடத்து கூச்சமாய் ஒதுங்கிப் போகும் தன் மனப்போக்கை தான் மாற்றிக் கொண்டு கலகலப்பாய் மாறியதையே மனைவி தவறாய்ப் புரிந்து கொண்டார் என்பது. அவர்களின் தனிப்பட்ட வாழ்வின் ரகசியங்களை, நிஜங்களை நாம் அறியோம். ஆனால் ஒன்றை அறிவோம் - ஒரு பந்தம் உடைந்து மனிதர்கள் திசைக்கொன்றாய் தனித்தனித் தீவுகளாய் மிதந்து விலகுவதற்கு இது போதுமான காரணம் அல்ல என்பது; அதேபோல, இத்தகைய அற்ப காரணங்களின் பொருட்டே இன்று ஜோடிகள் அதிகமாய்ப்

பிரிகிறார்கள், திருமணமான சில வருடங்களிலேயே பெண்கள் ஒருவித மூச்சுத்திணறலை உணர்ந்து தனித்திருப்பதே சிறப்பு எனும் இடத்துக்கு வந்து சேர்கிறார்கள் என்பதையும் நாம் இன்று அறிவோம். நாம் நடிகர் விஷ்ணுவின் பிரச்சினையைத் தாண்டி வந்து, பொதுவாக திருமணமான விரைவிலே ஜோடிகள் பிரிகிற இந்தப் போக்கைப் பற்றி உளவியலும் சமூகவியலும் கூறுவதென்ன என முதலில் பார்ப்போம்.

முதலில் குழந்தைப்பேறு. திருமணத்துக்குப் பின் குழந்தை பிறந்ததும் தம்பதிகள் இடையில் நெருக்கமும் பிணைப்பும் உடலளவில் குறைந்து போகிறது; இதனால் அவர்கள் பிரிவதும் அதிகமாகிறது என அண்மைக்கால ஆய்வுகள் சொல்கின்றன. குழந்தைப் பிறப்பினால், இன்னொரு பக்கம், தம்பதியினருக்கு சமூகத்தில் தாம் ஒரு முழுமையான குடும்பமாய் ஏற்கப்படும் திருப்தியும் உறுதிப்பாடும் கிடைக்கும். ஆக, குழந்தைப்பேறு குடும்ப அமைப்பை வலுவாக்கும், ஆனால் கணவன் மனைவி இடையே இச்சையை, இணக்கத்தைக் குறைக்கும். இது இயல்பே - குழந்தை வளர்ப்பு 24 மணிநேர வேலை. தாய்க்கு உறங்கவோ தன் தேவைகளைக் கவனிக்கவோ நேரம் இருக்காது. தாய்மார் உறக்கச் சடவை சதா கண்களில் சுமந்து திரிவர். மேலும் தனியாய் குழந்தையைக் கவனித்துக்கொள்ளதான் பல தியாகங்களைச் செய்ய கணவன் நிம்மதியாய் சுதந்திரமாய் இருப்பது கண்டு அவர்களுக்குக் கோபம் வரலாம்.

ஒருவேளை குழந்தையைக் கவனித்துக்கொள்ள தாதி இருந்தாலும் கூட, மனைவிக்கு தன் கணவன் மீது பாலியல் விருப்பம் நிச்சயம் குறையும். காரணம், அவர் உணர்வுரீதியாய் முழுக்க குழந்தையிடம் ஆட்பட்டிருப்பது. இந்தத் திடீர் அந்நியத்தன்மை கணவனையும் நிச்சயம் மனைவியிடம் இருந்து அகற்றி, வேறு பெண்களிடம் ஆர்வம் கொள்ளச் செய்யும். ஆனால் இதன் பொருள் எல்லா நவீனத் தம்பதிகளும் குழந்தைப்பேறுடன் பிரிகிறார்கள் என்றல்ல. உளவியல் ஆய்வுகள் சொல்வது என்னவெனில், இந்த ஆரம்ப கட்ட நெருக்கடியைத் தாண்டும் ஜோடிகளோ கூடுதலாய் நெருக்கமாகிறார்கள்; குழந்தை அவர்களின் பந்தத்தை மேலும் வலுவாக்கும். குழந்தையின்

சேட்டைகள், விளையாட்டுகள், தேவைகள் பெற்றோரின் உலகில் புத்துணர்ச்சியை வண்ணங்களைக் கொண்டுவரும். பரஸ்பரம் மிகுந்த வெறுப்பு வரும்போது கூட "குழந்தைக்காக" என காரணம் காட்டி அவர்கள் இணைவார்கள்; குழந்தை எனும் கூட்டு இலக்கு அவர்களைத் தன்னலம் மீறி சிந்திக்கவும் செயல்படவும் வைக்கும். தன்னலம் மீறிய இந்த முனைப்பு அவர்களின் வாழ்வை மிகுந்த மகிழ்ச்சி கொண்டதாக்கும். ஆக, புதிதாய் திருமணமானோரைப் பொறுத்தமட்டில், குழந்தையின் வருகை ஒரு இரு-முனைக் கத்தி - அது காயம் ஏற்படுத்தும், காப்பாற்றவும் செய்யும்.

நம் முன்னோர்கள் இச்சிக்கலை எப்படி சமாளித்தார்கள்?

நம் பெற்றோர், தாத்தா பாட்டிகள் ஒரு பெரிய கூட்டுக்குடும்ப அமைப்புக்குள் வாழ்ந்தார்கள். கூட்டுக்குடும்பம் ஒரு தம்பதியின் சுதந்திரத்தைப் பறிக்கும் என்றாலும், அன்றாட உறவாடல்களை சுலபமாக்கும், வீட்டு வேலைகளை பகிர்ந்துகொள்ள, பிரச்சனைகளைத் தலையிட்டு சீர்செய்ய பல தீர்வுகளைத் தரும். கூட்டுக்குடும்பம் தனிக்குடும்பம் ஆன பின்னர் கூட மாமனார், மாமியார், உறவினர்கள் என பலரும் புதிதாய் திருமணமானதில் இருந்து பல வருடங்களுக்கு எல்லா விசயங்களிலும் உதவிக்கரம் நீட்டுபவர்களாய் இருந்தார்கள். என் அப்பா அம்மாவை மிகவும் தொந்தரவு பண்ணி காயப்படுத்தும் போதெல்லாம் அம்மா மனவருத்தத்தில் பிரிந்து போய் விடலாமென முடிவெடுப்பார்; ஆனால் அடுத்த நாள் காலை மந்திரம் போட்டது போல என் தாத்தா வந்து விடுவார். அவர் தன் மகனைக் கண்டிப்பார், மிரட்டுவார், மருமகளை அமைதிப்படுத்துவார், அவர் வந்து ரெண்டு வார்த்தை பேசினதுமே அம்மாவின் முகம் ஒளிபெற்றுவிடும். அவருக்கு சிற்றுண்டி பண்ணிக் கொடுத்து உபசரித்து தன் நன்றியைச் செலுத்துவார்; அவரது சொற்கள் அல்ல அவரது அப்போதைய இருப்பே அம்மாவுக்குப் பெரிய நிம்மதியைக் கொடுத்திருக்கும். அதன்பிறகு என் அத்தை வருவார். அத்தை போன பிறகு தெருவில் உள்ள பெண்கள் ஒவ்வொருவராய் வந்து அப்பாவை வைது அம்மாவை

சமாதானம் பண்ணுவார்கள். இது ஒரு பெரிய நிகழ்வாக இருக்கும். அப்பா மாலையில் வந்ததும் ஊரே அம்மாவுக்குப் பின்னால் திரண்டு நிற்பதை உனர்ந்தவராய் பின்வாங்குவார்; குற்றவுணர்வை முகத்தில் காட்டி அன்பாய் பேச முயல்வார். கொஞ்ச நேரம் பிகுபண்ணினாலும் சில நிமிடங்களில் அம்மா பரவசமாகி அப்பாவை விழுந்து விழுந்து கவனிப்பார்.

இன்றைய நகர்சார் குடும்பங்களில் இத்தகைய ஆதரவு அமைப்புகள் இல்லை; மாமனார் மாமியார் கூட தத்தமது பிரச்சனைகளில் பிஸியாக இருக்கிறார்கள். ஆண்டை வீட்டினருக்கு இங்கே என்ன நடக்கிறது என்றே தெரிந்திராது. ஆக, கணவன் மனைவி மத்தியில் பிரச்சனை பெரிதான பின்னர்தான் பெற்றோர் தலையிடுவார்கள். அப்போது வெள்ளம் தலைக்கு மேல் சென்றிருக்கும். ஆகையால், அவர்கள் செய்வதெல்லாம் விவாகரத்துக்குத் தம்மைத் தயாராக்கி வந்திருக்கும் மகள் / மகனைக் கைகுலுக்கி வரவேற்பதே. விவாகரத்து வேறு இன்று டிவி விளம்பரங்களைப் போல மலிந்து விட்டது. திருமணம் செய்வதில் உள்ள சிரமங்கள், பொருளாதாரச் செலவுகள், நியாயங்கள் விவாகரத்தில் இருப்பதில்லை. ஆயிரம் முறை யோசித்து ஒருவரைத் தேர்ந்து மணமுடித்த பின் எதையும் யோசிக்காமல் விவாகரத்துக்கு விண்ணப்பிப்பதே இன்றைய ஸ்டைல்.

இவ்விசயத்தில் பெற்றோருக்கு அதிர்ச்சியே இருப்பதில்லை. சுலபத்தில் எதிர்த்தரப்பை குற்றம் சாட்டி விட்டு தத்தமது பிரச்சனைகளைக் கவனிக்கப் போய்விடுகிறார்கள்.

குழந்தைப்பேறுக்குப் பின்பான பாலியல் வறட்சி முந்தைய தலைமுறைகளிலும் இருந்திருக்கும். அவர்கள் எப்படி எதிர்கொண்டிருப்பார்கள்? இத்தனைக்கும் அன்றைக்கு ஒவ்வொரு குடும்பத்திலும் பத்து குழந்தைகள் சராசரியாய் பெறுவார்கள். ஏன் அவர்கள் முதல் குழந்தையுடன் பிரியவில்லை?

ஒரு காரணம், அன்று நிறைய குழந்தைகள் பெறுவதே காலாகாலத்துக்கான வளம். குழந்தைகளே அன்றைய

தம்பதிகளுக்குச் சொத்து. ஆகையால், முதல் குழந்தைக்குப் பின்னர் அடுத்த குழந்தைக்குத் தயாராகும் அழுத்தம் அன்றைய மனைவியருக்கு இருக்கும். இது மறைமுகமாய் அவர்களின் பாலியல் இச்சையை அதிகப்படுத்தும். குழந்தையை சதா தூக்கி அலையும் கட்டாயமும் இராததால் ஒவ்வொரு வருடமும் அல்லது இரு வருடங்களுக்கு ஒருமுறை பெண்கள் கர்ப்பமாகிவிடுவார்கள். இன்று ஒன்றே போதும் எனும் மனநிலை இருப்பதால் செக்ஸுக்கு பயன்மதிப்பு வெகுவாய் குறைந்துவிட்டது. இன்றைய சமூகத்தில் செக்ஸ் வெறும் 'பொழுதுபோக்கு'தான். எந்திரத்திற்கு எண்ணெய் போல தாம்பத்திய உறவுக்கு செக்ஸ். ஆனால் இன்று செக்ஸுக்கு இணையான பல பொழுதுபோக்குகளும் கவனச்சிதறல்களும் சமூக வலைதளங்கள், சுற்றுலா, உணவகங்கள் எனத் தோன்றி விட்டன. முன்பை விட இன்றைக்கு செக்ஸ் வறட்சி அதிகம் – செக்ஸ் ஒரு உடல் தேவையாக மட்டுமே இன்று உள்ளது; சமூக உளவியல் கலாச்சாரப் பயன்மதிப்பு இன்று செக்ஸுக்கு இல்லை. ஆக, ஒன்றுக்கு மேல் குழந்தைகள் வேண்டாம் எனும் தேசம் தழுவிய பிரச்சாரங்களும் நம்மை குழந்தை பிறந்ததும் பிரிந்துவிடுவோமா எனும் இந்த இடத்துக்குத் தள்ளிவிட்டன எனலாம்.

சாதி

ஆணவக் கொலைகளின் அரசியல்

ஆணவக் கொலைகளுக்கு என்றொரு பாணி உள்ளது. முதலில் ஓடிப்போன காதலர்களை சாதுர்யமாகப் பேசி அழைத்து வருவார்கள். பிறகு சித்திரவதை செய்து கொடூரமாகக் கொல்லுவார்கள். மொத்த ஊரின் பங்களிப்பும் ஆசீர்வாதமும் இதற்கு இருக்கும். அடுத்து ஒரு கொடூரமான அமைதி அங்கு கவியும். அரசியல்வாதிகளோ சம்பந்தப்பட்ட மக்களோ தெரியாமல் காரை ஒரு நாயின் மீது ஏற்றிவிட்டதுபோல் கண்டும் காணாதது போல் கடந்து போவார்கள். எந்தப் பிரதான அரசியல் கட்சியும் கண்டனங்கள் தெரிவிக்காது. சமீபமாக ஹரியானாவில் நிதி, தர்மேந்தர் எனும் இளம் ஜோடி பெண்ணின் குடும்பத்தாரால் மணிக்கணக்காய் சித்திரவதை செய்யப்பட்டு விவசாயக் கருவிகளால் அடித்துக் கொல்லப்பட்டனர். அமைதியாக வேடிக்கை பார்த்தது ஊர் மட்டுமல்ல; மனம் பதைபதைக்க வைக்கும் இக் கொடூரம் நடந்து கொண்டிருக்கையில் தர்மேந்தரின் குடும்பமும இதில் தலையிட மறுத்துவிட்டது. தர்மேந்தரின் வெட்டிய தலையை அவனது வீட்டின் முன் கொண்டு போட்டனர். அப்போதும் கூட அவன் பெற்றோர் “இது அவனுக்கு நியாயமான தண்டனை” தான் என அதனை ஏற்றனர்; அவர்கள் வழக்குத் தொடுக்கவும் மறுத்து விட்டனர்.

ஒருபுறம் இந்தியாவில் ஒவ்வொரு நாளும் பெரும் குடியிருப்புகளும், வெளிநாட்டு கார்களும், மால்களும் தோன்றிக் கொண்டிருக்க பழங்குடித் தனமான இத்தகைய செயல்களும் நடந்துகொண்டு தான் இருக்கின்றன. ஊடகங்கள் மீண்டும் மீண்டும் இந்தக் “காட்டுமிராண்டித்தனத்தை” கண்டிக்கையில் ஆணவக் கொலை நடக்கும் கிராமங்களில் மக்கள் பெருவாரியாக அதை இயல்பான ஒன்றாக ஏற்றபடியும் இருக்கிறார்கள். ஆணவக் கொலைகளுக்கு எதிராகக் கடும் கண்டனங்களை எழுப்பும் அந்த இந்தியாவும் சமீப காலங்களில் கப் பஞ்சாயத்துகளால் காதலர்களுக்கு எதிராக இயற்றப்பட்ட நூற்றுக்கணக்கான மரண தண்டனைகளை நிறைவேற்றும் இந்தியாவும் வேறு வேறா? தர்மபுரியில் சாதிக் கலவரங்கள் நடத்தப்பட்ட சூழலிலும் கிராமப் பகுதியில் அங்கு நிலவிய சூழலும் இது போன்றது தான். முற்போக்கான எண்ணம் கொண்ட வன்னியர்களும் சாதிக் கொலைகளை வெளிப்படையாக கண்டிக்கத் தயங்கி ஊரின் பொதுப்புத்திக்கு தம்மை வளைத்துக் கொண்டனர். ஆக ஆணவக் கொலைகள் எனும் பிரச்சனையைத் தீர்க்க கிராமங்களுக்கு சமூகப் போராளிகள் பிரச்சாரங்களையும் ஒருங்கிணைப்புப் பணிகளையும் திட்டமிட்டு செய்ய வேண்டும். நகரத்து ஊடகங்களின் பொழுதுபோக்கு பரபரப்புகளின், மனசாட்சி உறுத்தல்களின் பகுதியாக ஆணவக் கொலை விவாதங்கள் முடிவதில் பயனில்லை.

வட இந்தியாவில், குறிப்பாக உத்தரபிரதேசம், ஹரியானா, பஞ்சாப் போன்ற மாநிலங்களில், தாம் கோத்திரத்துக்குள், சாதியை மீறி மணக்கும் ஜோடிகள் மீது ஆணவக் கொலைகள் மிக அதிகமாக நடக்கின்றன. அங்கு தான் கப் பஞ்சாயத்துகள் வலுவாக சாதி ஓட்டுகளைத் திரட்டும் அமைப்புகளாக இருந்து அரசியல் கட்சிகளையும் ஆட்டுவிக்கின்றன. கப் பஞ்சாயத்துகளை எதிர்க்க எந்தக் கட்சிக்கும் திராணியில்லை. இத்தனை கொடூரமான கொலைகள் தொடர்ந்து நடந்தும், இக்கொலைகளுக்கு நிச்சயம் மரண தண்டனைதான் என நீதிமன்றம் அறிவித்தும் கூட பாராளுமன்றத்தில் ஆணவக் கொலைகளுக்கு எதிரான தனிச்சட்டம் கொண்டு வர மத்திய

அரசால் இயலவில்லை. தென்னிந்தியாவில் கப் பஞ்சாயத்துகள் இல்லை. ஆனால் அவற்றின் இடத்தைச் சில சாதிக் கட்சிகள் பிடித்துள்ளன. கப் பஞ்சாயத்து பாணியில் இவையும் சாதிமீறின காதலர்களுக்கு மிரட்டல் விடுத்து ஆணவக் கொலைகளை நடத்துகின்றன. இது ஒன்றை சுட்டுகிறது: ஆணவக் கொலைகள் வெளி அமைப்புகளும் ஒட்டுமொத்த சாதிய சமூகமும் குடும்பங்கள் மீது செலுத்துகிற பெரும் நெருக்கடியினால் நிகழ்த்தப்படுகின்றன. காதல் திருமணங்களை சாதிக் கட்சிகளோ கப் பஞ்சாயத்துகளோ தம் கௌரவப் பிரச்சனையாக மாற்றி ஒரு அசைன்மெண்டாகவே எடுத்துக்கொண்டு செய்கின்றன. தமிழகத்தில் எப்படி இரண்டு தனி நபர்களுக்கு எதிராக ஒரு பெரும் அரசியல்கட்சியும் அதன் நூற்றுக்கணக்கான வக்கீல் படையும் இயங்கியது எனப் பார்த்தோம் மகாபாரதத்தில் சக்கரவியூகத்தில் மாட்டிக் கொண்ட அபிமன்யுவின் கதிதான் இங்கே ஒவ்வொரு சாதிமீறின காதலனுக்கும்.

கடந்த பத்தாண்டுகளில் சாதி, மதவாத சக்திகள் இந்நாட்டில் பெரும் எழுச்சி கண்டிருக்கின்றன. நாம் எந்தளவுக்கு நவீனப்படுகிறோமோ அந்தளவுக்குப் பிற்போக்காகவும் மாறி வருகிறோம். அதுவும் நம் இளைஞர்கள் ஒருபுறம் தளுக்கான ஆங்கிலம் பேசிக்கொண்டு மேற்கத்திய ஆடைகளையும் ஆப்பிள் கைபேசியும் பூண்டபடி போன தலைமுறையை விட சாதி, மதவெறி மிக்கவர்களாகச் செயல்படுகிறார்கள். இந்த அவலத்தின் பின்னணியில்தான் நாம் ஆணவக் கொலைகளைப் பார்க்க வேண்டும். மக்களை அரசியல் லாபத்துக்காகத் திரட்டுவதற்கு இனிமேல் ஆகர்சம் மிக்க தலைவர்களும் சமூக லட்சியங்களும் உதவாது என அரசியல்வாதிகள் உணர்ந்து வருகின்றனர். ஒருபுறம் மத்தியிலும் மாநிலத்திலும் ஆட்சி அமைக்க பிராந்திய, சாதிய சமூகங்களின் தலைவர்களின் ஆதரவின்றி இயலாது எனும் நிலை ஏற்பட இத்தலைவர்களும் ஓட்டுக்களைத் திரட்டுவதற்கு சிறந்த வழி பிற்போக்கான உணர்ச்சிகளை மக்களிடம் தூண்டுவது என நம்பத் துவங்கி உள்ளார்கள். இந்த அரசியல் பின்னடைவின் விளைவாகத்தான் பல மதவாத, சாதியக் கலவரங்களும், அவற்றின் பக்கக் கிளையாக ஆணவக்

கொலைகளும் தொடர்ந்து நடத்தப்படுகின்றன.

தமிழகத்திலும் மௌனமாக ஒரு புறம் ஆணவக் கொலைகள் நடந்தபடிதான் உள்ளன. உ.பி, ஹரியானாவுடன் ஒப்பிடுகையில் இங்கு வெளிப்படையாக எந்த எதிர்ப்பும் இன்றி ஆணவக் கொலைகள் செய்ய இயலாமல் இருப்பதற்கு ஒரு காரணம் சாதியமும் மதவாதமும் இங்கு ஓரளவு மட்டுப்பட்டு உள்ளது தான். அதற்கு நாம் இக்கணத்தில் பெரியாருக்கு நன்றி சொல்ல வேண்டும். தாழ்த்தப்பட்ட மக்களும் பெண்களும் தம் உரிமைகளை வலுவாகக் கோருவதன் ஒரு மறைமுக விளைவாகவும் இந்த வலதுசாரி எழுச்சியை நாம் காணலாம். இந்தியப் பெற்றோர்களுக்குத் தம் குழந்தைகள் தனிமனிதர்கள் என்கிற விழிப்புணர்வை வலுவாக ஏற்படுத்துவதும் முக்கியம். இந்தியா முழுக்கப் பெரியாரின் முற்போக்கு விழிப்புணர்வை இயக்கத்தை வளர்த்தெடுப்பதுதான் தற்போது நம் முன்னுள்ள ஒரே வழி!

சாதி மறுப்புத் திருமணங்கள்

நான் "சாதி மறுப்புத்" திருமணம் செய்தவனே. ஆனால் நான் எப்போதுமே அதைச் சாதி மறுப்புத் திருமணம் எனக் கோரியதில்லை. ஏனெனில் சாதியை மறுக்கும் நோக்குடன் நான் திருமணம் செய்யவில்லை. என் காதலுக்காகவே அத்திருமணம் செய்தேன். ஆகையால், அதைக் காதல் திருமணம் என்றே சொல்வேன்.

எனக்குத் தெரிந்து, இந்தியாவில் நடைபெறுவதாய்க் கூறப்படும் சாதி மறுப்புத் திருமணங்கள் அடிப்படையில் காதல் திருமணங்களே. எந்த ஒரு செயலையும் அதன் நோக்கத்தின் அடிப்படையில்தான் நாம் அடையாளப்படுத்த வேண்டும். நீங்கள் அலுவலகத்தில் இருந்து வீடு வருகிறீர்கள். அடுத்து கோயிலுக்குப் போக வேண்டும். அதற்காக சட்டை பேண்டில் இருந்து வேட்டி சட்டைக்கு மாறுகிறீர்கள். மாறி விட்டு, கோயிலுக்குப் போகிறீர்கள். இச்செயலைக் கோயிலுக்குச் செல்லுதல் என்றே நாம் கூற முடியும். வேட்டி "சட்டை அணிந்து" கோயில் செல்லுதல் என்றல்ல. ஏனென்றால் வேட்டி சட்டை அணிவதற்காக நீங்கள் கோயில் செல்லவில்லை. கோயில் செல்வதற்காக வேட்டி சட்டை அணிந்தீர்கள். அவ்வாறே

சாதியை மீறுவதற்காக நீங்கள் திருமணம் செய்யவில்லை. திருமணம் செய்ய வேண்டும் என்பதற்காக வேறு வழியின்றி சாதியை மீறுகிறீர்கள்.

ஒருவேளை நீங்கள் விரும்பும் பெண் உங்கள் சாதியைச் சேர்ந்தவர். நீங்களோ முற்போக்கானவர். சாதியை எதிர்க்கிறவர். “நான் என்னில் இருந்து தாழ்த்தப்படவராய்க் கருதப்படும் ஒருவரைத் தான் மணம் புரிவேன்” என உறுதி பூண்டவர் நீங்கள். என்ன செய்வீர்கள்? சாதி மறுப்புக்காகக் காதலைக் கைவிடுவீர்களா? அப்படிச் செய்தால் அது அபத்தத்தின் உச்சமாக இருக்கும்.

ஆகவேதான் நம் இளைஞர்கள் சாதி தம் காதலுக்குக் குறுக்கே நிற்கும்போது மட்டுமே அதை மீறுகிறார்கள். அவை ‘காதல் திருமணங்களே’ அன்றி, ‘சாதி மறுப்புத் திருமணங்கள்’ அல்ல.

அடுத்து, சாதி மறுப்புத் திருமணங்கள் சாதியை மறுக்கின்றனவா?

என் பேராசிரிய நண்பர் ஒருவருடன் இது குறித்து உரையாடிக் கொண்டிருந்தேன். அவரது குடும்பத்தில் கிட்டத்தட்ட அனைவருமே “சாதி மறுத்து” மணம் புரிந்தவர்கள். என் குடும்பத்தில் நானும் என் அக்காவும் அப்படியே. இதுபோல் இன்று பல குடும்பங்கள் உள்ளதாய் நண்பர் சொன்னார். ஆனால் இப்படிச் செய்தவர்கள் உண்மையில் சாதியை மறுத்து தம் வாழ்வில் இருந்து ஒழித்துவிட்டார்களா என நண்பரிடம் கேட்டேன். அவர் சொன்னார் “சாதியை ஒழிப்பது அவ்வளவு சுலபம் அல்ல.”

பேராசிரியர் ரா. அழகரசன் தனது “உட்பகை உணரும் தருணம்” நூலில் இதைப் பற்றி ஒரு முக்கியமான சேதியைக் குறிப்பிடுகிறார். அவரது தந்தை தீவிர பெரியாரியவாதி. ஆனால் ஒரு கட்டத்தில் தாம் சேர்ந்த சாதி சங்கமொன்றில் தீவிரமாகப் பணியாற்றுகிறார். சாதியை எதிர்க்கிற ஒருவர் எப்படி சாதி சங்கம் ஒன்றில் செயலாற்ற முடியும் என ரா. அழகரசனுக்குப் புரியவே இல்லை. பின்னர் அவர் சாதி என்பது வெளியே இல்லை, நமக்குள் மறைந்து இருக்கிறது எனப் புரிந்துகொள்கிறார். சாதி என்பது வெளிப்பகை அல்ல,

அது உட்பகை. நீங்கள் சற்றும் எதிர்பாராத தருணத்தில் சாதி உணர்வு சட்டென உங்களிடம் இருந்து தலையைத் தூக்கி வெளியே எட்டிப் பார்க்கும்.

பெண்ணுடலை மையமிட்டே சாதி அமைப்பு உள்ளது என ஒரு நம்பிக்கை உள்ளது. இது ஓரளவு உண்மையே. மரபணுத் தூய்மையைப் பாதுகாக்க வேண்டும் எனும் ஆவேசம் எல்லா சாதி சமூகங்களிலும் உள்ளது. ஆனால் இது ஒரு நிலப்பிரபுத்துவச் சமுதாய மனநிலை என்பதையும் நாம் அறிய வேண்டும். ஒரு கார்ப்பரேட் மயமான சமூகத்தில், நகரவயப்படும் சூழலில் பெண்ணுடலில் இருந்து கவனம் வழுவி மெல்ல மெல்ல விலகிவிடும். மாறாக, சாதி நமது சமூக உறவாடல்களில், அதிகார அமைப்புகளில் மையம் கொள்ளும். மரபணுத் தூய்மையே சாதியின் ஜீவன் என நம்புகிறவர்கள் “சாதி மறுப்புத் திருமணங்கள்” மூலம் அதை சாதிக்கலாம் என கோருகிறார்கள். ஆனால் வேறெப்போதையும் விட “சாதி மறுப்பு” திருமணங்கள் நிகழும் இன்றைய சூழலில்தான் சாதி முன்பைவிட வலுவாக மாறிவருவதை இவர்கள் கவனிப்பதில்லை. திருமணம் ஒரு சாதிக்கொடுமைக்குத் தீர்வு என நானும் ஒரு காலத்தில் நம்பினேன். ஆனால் எனக்கு இன்று அந்த நம்பிக்கை இல்லை.

வர்ணாசிரமம் தோன்றின காலத்தில் இருந்து சாதி மறுப்புத் திருமணங்களும், அதில் பிறந்த கலவை சாதி மக்களும் இருந்திருக்கிறார்கள் என அம்பேத்கர் *The Untouchables Who They Were...* எனும் நூலில் குறிப்பிடுகிறார். நமது அமைப்பு இந்தப் புதிய சாதியினரையும் அடுக்குக்குள் கொண்டு வந்து விடுகிறது. இவர்களுக்கு சமூகத்தில் என்ன இடம், எப்படியான அந்தஸ்தை அளிக்கலாம் என விதிமுறைகளை அப்போதே வகுத்திருக்கிறார்கள். ஆக, “சாதி மறுப்புத் திருமணங்களால்” ஆயிரமாயிரம் ஆண்டுகளால் சாதி எனும் பங்களாவில் இருந்து ஒரு துருப்பிடித்த ஆணியைக் கூட உருவ முடியவில்லை என்பதை நாம் கவனிக்க வேண்டும்.

“சாதியை மறுத்து” திருமணம் செய்தவர்களும் இச்சமூகத்தில் தான் வாழ வேண்டும். சாதியம் எனும் வழித்தடத்தில் நடந்தே

அவர்கள் இங்கு பிறருடன் உரையாட முடியும். உங்கள் சாதி மக்கள் ஒடுக்கப்படுவதாய் நீங்கள் உணர்ந்தால் முதலில் உங்கள் சாதி அடையாளத்தை முன்வைத்தே அவர்களைத் திரட்டிப் போராட முடியும். நீங்கள் மைய சாதி என்றால் அந்தப் புள்ளியில் நின்றே தலித்துகள் சார்பில் பேச முடியும். சாதியற்ற நிலை ஒன்றில் இருந்து நீங்கள் ஒரு சாதிச் சிக்கலை அணுகவே இயலாது. சாதியற்ற ஒரு பிரதேசமோ, சாதிப் பிரச்சனை இல்லாத ஒரு சூழலோ இங்கு இல்லை. ஆக, நீங்கள் கண்ணை மூடிக்கொண்டு சாதியை அழித்துவிட்டோம் என கனவு காணலாம். ஆனால் உண்மை என்றும் உண்மைதான்.

சாதியைப் பிற்போக்கு சமூகத்தின் நிலையாகக் கருதுவதும், கல்வி, பொருளாதார முன்னேற்றம் மற்றும் விழிப்புணர்வு நம்மை சாதியின்மை நோக்கி நகர்த்தும் என நம்புவதும் பகற்கனவு மட்டும்தான். இந்தியாவில் கல்வியறிவும் பணபலமும் மிக்க சமூகங்களே சாதி வெறி மிக்கவர்களாய் மாறுவதை நாம் காண்கிறோம்.

விழிப்புணர்வு, பகுத்தறிவு ஆகியவை ஒளிவிளக்கு போல் நம்மை வழிநடத்தும் என்றும் நான் நம்பவில்லை. நாம் முரண்பட்டவர்கள். மிகவும் விழிப்புணர்வு கொண்ட ஒருவர் பகுத்தறிவுக்கு உடன்படாத ஒரு காரியத்தைத் துணிந்து செய்வார். அவர் பகுத்தறிவானவராகவும் பிற்போக்கானவராகவும் ஒரே சமயம் இருப்பார். மனிதனின் நம்பிக்கையைத் திருத்தினால், சமூகத்தைச் சீர்திருத்தலாம் என்பது ஒரு பழைய காலாவதியான மார்க்ஸிய நம்பிக்கை. இன்றைய மனிதன் பிளவுபட்டவன். அவனிடம் இந்தப் பகுத்தறிவு பிரச்சாரம் எடுபடாது. அவன் ஒரே சமயம் இரண்டாக மூன்றாக நான்காகப் பிரிந்து சிந்திக்கிறவன்.

நமது சமூகம் சாதிவயமானது. அச்சமூகத்துடன் நீங்கள் உறவாடாமல் வாழ இயலாது. அவ்வாறு உறவாடுகையில் மிகச் சிக்கலான வகையில் உங்களையே அறியாமல் நீங்கள் சாதியவாதி ஆகிறீர்கள். அல்லது சாதியுடன் முரண்பட்டபடியே அதனுடன் வாழும் சுயமுரண்பாட்டு நிலையை மேற்கொள்கிறீர்கள்.

சாதி எந்தளவுக்குப் புறவயமானதோ அந்தளவுக்கு அது அகவயமானதும்தான். எனது எளிய புரிதலில், சாதி மறுப்புத் திருமணம், சாதி எதிர்ப்புப் போராட்டங்கள், சட்ட திருத்தங்கள், கல்வி, சீர்திருத்தம் ஆகியவை மூலம் மட்டும் சாதி அமைப்பை உடைக்க முடியாது. இவற்றுடன் நமது மனப்போக்கு அடிப்படையில் மாற வேண்டும்.

நான் × பிறிது எனும் இருமையாக வாழ்க்கையை நாம் காணும் வரை சாதி இருந்துகொண்டே இருக்கும். இந்த இருமையை நீங்கள் சாதிக்குள் மறுத்தால் மட்டும் போதாது – வாழ்வின் அத்தனை நிலைகளிலும் இதை மறுக்க வேண்டும். அழகன் × அழகற்றவன், புத்திசாலி × முட்டாள், முற்போக்கு × பிற்போக்கு, பெண்ணியவாதி × ஆணாதிக்கவாதி, இலக்கியம் × இலக்கியமற்றது ... இப்படி நாம் மறுக்க வேண்டிய இருமைகளின் பட்டியல் நீண்டது.

இதெல்லாம் நடக்கிற விசயமாங்க என நீங்கள் கேட்கலாம். ஆமாம், சுலபமில்லை. சாதியை அழிப்பதும் சுலபமில்லை தான்.

தேகம்—மோகம்

மோகம் ஏன் முப்பது நாள்?

ஒரு அழகிய பெண்ணைக் (அல்லது ஆணைக்) காணுறுகிறீர்கள். பார்த்ததுமே மனம் கொள்ளை போகிறது. பார்த்ததுமே காமுறுகிறீர்கள். காலம் காலமாய் இப்படித்தான் காம இச்சை புரிந்துகொள்ளப்பட்டு வருகிறது. கம்பனின் வரிகளை நாம் மறக்க முடியுமா? ராமனைத் தெருவில் காணும் சீதையின் உடலில் நேரும் பரிதவிப்பின், நிலைகொள்ளாமையின், எரியும் ஆசையின் விளைவுகளை அவர் அழகாய்ப் பட்டியலிடுகிறார். அவ்வளவுதான்: உடலில் இருந்து உடலுக்கு இச்சை ஒரு மின்சார அலைபோல் வந்து அடிக்கிறது. பார்த்ததும் காதல் என்பதே தவிர்க்க முடியாத நிதர்சனம். வேறெப்படியும் அது நிகழ முடியுமா தெரியவில்லை.

இப்படிப் பார்த்து தன்னை இழந்து காதலில் விழுந்த ஒரு பெண்ணுடன் (ஆணுடன்) காபி அருந்திக்கொண்டிருக்கிறீர்கள். அவள் (அவன்) கண்களுக்குள் உங்களை மறந்து லயித்திருக்கிறீர்கள். ஒரு சைகை, ஒரு சிறு அசைவு, ஆடையின் சலசலப்பு, முடி நெற்றியில் புரளும் பாங்கு, ஒரு வித்தியாசமான கழுத்தசைவு, மூக்கில் அந்த ஒற்றைப் பரு ... அப்படியே எந்த நினைவும் இன்றி அம்முகம் எனும் பாற்கடலில் நீந்தியபடி இருக்கிறீர்கள். அப்போது அந்த இடத்தை இவளை (இவனை) விட அழகான சிலர் கடந்து போகிறார்கள். உங்கள் கண்கள் சட்டென தன்னிச்சையாக, அந்தக் கடந்து செல்லும்

வசீகரத்தைக் கவனிக்கிறது. உடனே மீளவும் செய்கிறது. அந்தக் கடந்து போன அழகை பெரிதாய் கவனித்து உள்வாங்கி இருக்க மாட்டீர்கள். ஆனால் கண்கள் பதிவு செய்யத் தவறி இருக்காது. இப்போது உங்கள் இச்சை யார் மீது செயல்படுகிறது? இச்சை ஒன்றில் இருந்து இன்னொன்றாய் தாவிப் பறக்கும் ஒரு பட்டாம்பூச்சியா? எல்லா முகங்களிலும் தேனுறிஞ்சும் இச்சை ஒன்று தானா?

ருஜிதா எனும் என்னுடைய தோழி ஒருவர் (உளவியல் படித்தவர்) இவ்விசயத்தில் எம்.பில் ஆய்வு செய்திருக்கிறார். அதாவது நாம் விரும்பும் ஒருவரிடத்து எப்படி ஒரு சில விசயங்களை மட்டும் ஒரு குறிப்பிட்ட சமயத்தில் கவனிக்கிறோம், எப்படி பிறவற்றைக் காண்பதைத் தவற விடுகிறோம், இது ஏன் எப்படி நடக்கிறது இந்த விசயங்களை அவர் ஒரு பரிசோதனை மூலம் ஆய்வு செய்தார். வழக்கமான உளவியல் ஆய்வு முறைமை தான் உங்களிடம் பல்வேறு புகைப்படங்களைக் காட்டுவார்கள்; சில படங்களில் முன்பும் பின்னாலும் ஆட்கள் இருப்பார்கள்; நீங்கள் யாரையெல்லாம் எப்படியெல்லாம் கவனிக்கிறீர்கள் என விபரங்களைச் சேகரித்துக் கூட்டிக் கழித்து ஒரு முடிவுக்கு வருவார்கள்.

நான் மேலே குறிப்பிட்ட சம்பவத்தில், உங்கள் காதலி (காதலன்) அழகில் நீங்கள் திளைக்கையில் அவரை foreground என்றும், கடந்து போகும் கவன ஈர்ப்பு வசீகரத்தை background என்றும் ருஜிதா அடையாளப்படுத்துகிறார். சிலநேரம் பின்னணியிலும் முன்னணியிலும் உங்கள் இச்சை டென்னிஸ் பந்து போல் பறக்கிறது. அது ஓரிடத்தில் நிலைப்பதில்லை.

உங்களது இச்சை என்பது தெளிவாக ஒருவரைத் தேர்ந்தெடுத்து அவரை மட்டும் மோகித்துத் தோன்றுவதல்ல; எதை, யாரை எல்லாம் கவனிக்கத் தவறுகிறீர்களோ அதுவே உங்கள் மோகத்தை வடிவமைக்கிறது. நமது காதல்கள் கூட்டாஞ்சோறு காதல்கள் என்பது என் ஆய்வாளத் தோழியின் அவதானிப்பு. இதனால் தான் இன்று மோகித்தவர் நாளை அலுக்கிறார்கள்; நாளை நம்மை மனதை கலைக்கப் போகும் புயல்கள் இன்று நம்மை

அசைப்பதில்லை. மோகத்தை மனமே உருவாக்குகிறது; சிதறிச் சிதறிச் சென்றாலும் தற்காலிகமாய் தானாய் ஒரு உருவத்தைப் பெறும் பாதரசத்தைப் போல் நம் மோகம் இருக்கிறது.

மோகம் ஒரு கூட்டாஞ்சோறு என்பதை நான் ஏற்கிறேன். ஆனாலும் இரண்டு விசயங்களில் என்னால் ருஜிதாவுடன் உடன்பட இயலவில்லை.

1. மோகம் நொடியில் தோன்றுவதாய் நாம் நம்பினாலும் அது மறுநொடியில் அழியவும் கூடும். இது ருஜிதாவின் அவதானிப்பு. இது சரி எனில் ஏன் சிலர் மீதான நம் மோகம் மட்டும் சுலபத்தில் அழியாமல் இருக்கிறது?

2. பழகப் பழக காதல் அலுக்கலாம். ஏனெனில் நாம் முன்பு கவனிக்கத் தவறிய பிழைகள், பிசிறுகள், சிக்கல்களை இப்போது மனம் அதிக கவனத்துடன் பெரிதுபடுத்தி நமக்குக் காட்டலாம். இதற்குக் காரணம் உறவுகளின் போது நாம் நமது இச்சையின் இலக்கை முழுமையாய் கிரகிப்பது இல்லை. அரைகுறையாய், நமக்குத் தேவையான விசயங்களை மட்டுமே உள்வாங்குகிறோம். காதலியின் (காதலனின்) தெத்துப் பல்லின் அழகான குழந்தைத்தனத்தை ரசிப்போம். ஆனால் சொத்தைப் பல்லின் அருவருப்பை மிகத் தாமதித்தே உள்வாங்குவோம். உறவுகள் முறிவதன் காரணம் இப்படியான குறைபட்ட, அரைகுறை புரிதலே என்பது ருஜிதாவின் அவதானிப்பு. இது உண்மையா?

நான் மாறுபடுகிற முதல் விசயத்தில் இருந்து துவங்குவோம்.

சிலரது அழகு நம்மை உடனடியாய் ஆழமாய் சஞ்சலப்படுத்தும்; அது நமது புலன்களின் வழி நிகழும் ஒரு மாயம்தான். நான் மறுக்கவில்லை. ஆனால் நம்மைக் கடந்து போகும் அந்தச் சிலரது பேரழகு, மனதுக்குள் நுழைந்து இறகுகளைக் குடையும் அந்த ஆவேசமான இச்சையை ஏன் தூண்டுவதில்லை. ஏன் அவர்களைப் பார்த்து “ஓ என்ன அழகு” என போகிற போக்கில் நினைக்காமலே நினைத்து விட்டு மறந்து விடுகிறோம்? இன்னொரு சந்தர்ப்பத்தில் நாம் ஆற அமர அந்தக் கடந்து போகும் வனப்பை ரசித்து சிலாகித்திருப்போம். ஆனால் அந்தக்

வனப்பிடம் மனம் கொள்ளை கொடுப்போமா என்பதில் உறுதியில்லை.

உங்கள் காதலியிடம் (காதலனிடம்) இருக்கையில் அந்தக் காதல் பெருகும் வேளையில் வேறு எந்த சக்தியும் உங்கள் கவனத்தை சுலபத்தில் கலைக்க முடியாது. இது உங்கள் கவனத்தைத் தக்க வைக்க, இச்சையை வளர்க்க இயற்கை மேற்கொள்ளும் ஒரு தந்திரம் என வைப்போம். ஆனால் அத்தந்திரத்தை ஏன் இயற்கை உங்கள் காதலியிடத்து (காதலனிடத்து) பிரயோகிக்கவில்லை? ஆரம்பத்தில் அவரை உதாசீனிக்க, இன்னொருவரைக் கவனிக்க ஏன் இயற்கை தூண்டவில்லை? முதலில் அவளை (அவனை) கண்ட போது *foreground*இல் இருந்தாரா *background*இலா? இதை யார் தீர்மானிப்பது?

நாம் கருத்திற்கொள்வது நிறைய வசீகரமானவர்கள் இருக்கும் ஒரு சூழலை. அங்கு நொடிக்கு நொடி உங்கள் கவனம் கலையவும், ஒருவரை விட இன்னொருவர் அதிக அழகு எனும் நம் மதிப்பீடுகள் மாறவும் வாய்ப்பு அதிகம். இது போன்ற வளாகங்களில் நான் பல காதல் ஜோடிகளைக் கவனிக்கிறேன். இரண்டு கச்சிதமான அழகி, அழகன்களாக இந்த ஜோடிகள் பெரும்பாலும் இருப்பதில்லை. இருந்தும் ஒரு மேலான எதிர்பாலினத்தைக் கண்டு ஏன் அவர்கள் மனம் பிறழ்வதில்லை? (வசதியும் அதிகாரமும் கூடிய) ஒரு சிறந்த உடலைக் கண்டுபிடித்துப் புணர்வதே காதலின் நோக்கம் என உளவியல் வலியுறுத்துகிறது. ஆனால் காதலில் இத்தேர்வில் அதிக மதிப்பெண் பெறாதவர்களையே மனம் தேர்ந்தெடுக்கிறது. ஏன்?

எனது இன்னொரு தோழியிடம் இதுபற்றி விசாரித்தேன். அவர் சொன்னார்: “நான் எனது காதலனுடன் இருக்கையில் வேறொரு அழகன் அங்கு வந்தால் உடனே பொறாமைப்படுவேன். இவனை இன்னொருவள் அடையப்போகிறாரே என என் மனம் தவிக்கும்.”

நான் கேட்டேன்: ஒருவேளை அந்த அழகன் தனியன் என்றால்?

அவர் சொன்னார்: “அப்போது நான் அவன் தரப்பை

எடுத்துக் கொள்வேன். அவனைப் போல் தனியாக அவ்வளவு அழகை வைத்துக்கொண்டு சுதந்திரமாய் என்னால் இருக்க இயலவில்லையே என எண்ணித் தவிப்பேன்."

இவ்வளவு சஞ்சலப்படும் இப்பெண் சற்றும் காதலனிடம் இருந்து விலகுவதில்லை. இது எப்படி சாத்தியமாகிறது?

நான் அத்தோழியிடம் மேலும் ஒரு கேள்வியை எழுப்பினேன். நீங்கள் உங்கள் காதலனுடன் இருக்கையில் இன்னொரு ஆணைக் கண்டு மனம் அலைபாய்கிறது. ஆனாலும் அந்தப் பேரழகனுக்காக உங்கள் காதலனான அழகனை நீங்கள் கைவிடப் போவதில்லை. இது ஏன்? நான் அவருக்கு நான்கு பதில்களை அளித்து அதில் ஒன்றைத் தேர்வு செய்யக் கேட்டேன்.

அ) என் காதலன் மீதான இச்சை இன்னும் ஆழமானது, உறுதியானது

ஆ) அறிந்த காதலனை இழந்து அறியாத ஒருவனை அடைய அஞ்சுகிறேன். தெரியாத எதிர்காலத்தை விட தெரிந்த நிகழ்காலம் மேல்.

இ) என் காதல் மீது எனக்குள்ள உறுதிப்பாடு, நம்பிக்கை, பிடிப்பு என்னை அதில் தொடர வைக்கிறது

ஈ) எனக்குக் காரணம் தெரியவில்லை; என் மனம் அப்படித் தான் என்னை இட்டுச் செல்கிறது.

தோழி முதல் காரணத்தைச் தேர்ந்தார். "உடல் கவர்ச்சி தற்காலிகமானது" என்றார். அப்படி எனில் அவரது இச்சை எக்கவர்ச்சியினால் ஏற்படுவது?

அதுவும் உடல் கவர்ச்சிதான் என்றாலும், அது உடலின் மீது மட்டும் ஏற்றப்பட்டது அல்ல. ஒருவரைத் தொடர்ந்து நேசிக்கும் போது அவரை அணுவணுவாய் கிரகிக்க துவங்குகிறோம். சுபாவ அடிப்படைகள், விசித்திரங்கள், நம்பிக்கைகள், எண்ணங்கள், சைகைகள், உடல் மொழி, வாசனை, பழக்கவழக்கங்கள் என பல விசயங்களை இச்சிக்கத் துவங்குகிறோம். இது பழகப் பழக வளர்ந்துகொண்டே போகிறது.

இதனால்தான் நாம் மோகிக்கும் ஒருவர் மீது வெறுப்பு கொண்டு பிரியும் போதும் நம் மனம் ஒரு பக்கம் அவர் இன்றி இருக்க இயலாது தவிக்கிறது. அது (வழக்கமாய் உளவியலாளர்கள் சொல்வது போல) நாம் மோகித்தவரின் சிறந்த அம்சங்களை மட்டும் நினைவில் வைத்திருந்து நாம் அவரைப் பற்றி ஏற்படுத்திய மாய பிம்பத்தை அவருக்குப் பதிலியாக வைத்து பூஜித்து, காலாவதியான நம் காதலை விடாப்பிடியாய் தொடர்வது அல்ல. நாம் ஆசையாய் வாங்கின ஒரு கார் விபத்தாகி நொறுங்கிவிட்டதெனில் நாம் ஏமாற்றமடைவோம். ஆனால் இன்னொரு கார் வாங்கினதும் ஏமாற்றம் மறைந்து விடும். ஆனால் உறவுகளில் இந்த விட்டு விலகல் மிக மிக வேதனையாக இருக்கிறது. இது நாம் நினைவுகளை உண்மையாக எடுத்துக் கொள்ளும் பிழையினால் மட்டும் ஏற்படுவதல்ல. வேறெப்படியும் நம்மால் அவரை மோகிக்க முடியாது என்பதாலே வேறெப்படியும் மறக்க முடியாமலும் இருக்கிறது.

இச்சையை ரெண்டாகப் பிரிக்கலாம்: 1) உடனடியானது மற்றும் தற்காலிகமானது *(immediate and short-lived)* 2) படிப்படியாய்த் திரண்டு வளர்வது *(cumulative).*

முதலாவது உடனடியாய் உருவாவதாலே தற்காலிகமாகவும் இருக்கிறது. இரண்டாவது நமது உணர்வுகள், கற்பனை, நம்பிக்கை, சிந்தனை, கனவுகள், நினைவில் மீட்டு லயித்தல் என பல கெலிடோஸ்கோப் துண்டு சித்திரங்களால் உருக்கொள்கிறது. ஒருவரை நீங்கள் போகிற போக்கில் பார்த்து ரசிக்கிற போது இப்படி துண்டுதுண்டாய் அவரைப் பற்றின ஒரு சித்திரம் நமக்குள் உருவாவதில்லை.

நமது நாட்டில் பல கோடி மக்கள் காதலிப்பவர்களை மணப்பதில்லை. ஆனால் அதற்காக அவர்கள் போலியான, பாசாங்கான திருமண உறவிலும் இல்லை. பார்த்தவுடன் மோகம் தோன்றாத ஒருவரிடம் கூட போகப் போக ஒரு பிரியம் தோன்ற வாய்ப்புண்டு. திருமணம் எனும் சமூக அமைப்பு இன்றும் வலுவாக நிலைப்பதற்கு ஒரு காரணம் அதில் இருவகை மோகங்களுக்கும் சாத்தியமுண்டு என்பதே.

தொடர்ந்து ஒருவருடன் வாழ்ந்து அவரை ரசிக்கவும் சமாளிக்கவும் அவருடன் வசதியாக உணர நம்மால் திருமணத்துக்குள் முடிகிறது. இந்த உறவு நீடித்தும் இருக்கிறது. அதேவேளை இந்த உறவில் உக்கிரமான இச்சையும் அதன் விளையாட்டு பாவனைகளும் சாத்தியமில்லாமல் போகும் போது நீங்கள் திருமணத்துக்கு வெளியே உறவுகளை அமைத்துக் கொண்டு அங்கு தேவையானதைப் பெறவும் முடியும். மிக மிக அரிதாகத் தான் திருமணம் கடந்த உறவுகளை சீரியஸாக எடுத்துக் கொண்டு அதற்காகக் குடும்ப அமைப்பைக் கைவிட ஆணோ பெண்ணோ தயாராகிறார்கள். சமூகப் பழியை அஞ்சி அல்ல அவர்களை இப்படி திருமணத்துக்குள் நிலைப்பது. “தகாத” உறவுகளில் நீடித்த தன்மை இல்லை, அவை தற்காலிகமானவை, அவை திருமண உறவைவிட போலியானவை, மேம்போக்கானவை என இவர்கள் அறிந்திருக்கிறார்கள்.

அப்படி இருக்க இன்று ஏன் மணமுறிவுகள் அதிகமாக நிகழ்கின்றன? முன்பை விட ஆணும் பெண்ணும் இன்று அதிக நேரம் வெளியே இருக்கிறார்கள். பரஸ்பரம் நேரப் பகிர்வும் அருகாமையும் இன்று குறைந்துவிட்டன. ஒருவருடன் நீங்கள் செலவழிக்கும் காலம் குறைய குறைய அவர் மீதான ஆர்வம் குன்றுகிறது; அவரைப் பற்றின சாதகமான சித்திரமும் சிதிலமுறுகிறது. அவர் மெல்ல மெல்ல உங்கள் உலகில் இருந்து இல்லாமல் ஆகிறார்.

இன்னொரு கேள்வி: ஒருவருடன் நீண்ட காலம் சேர்ந்திருக்கையில் அவர் மீது அலுப்பும் கோபமும் அதிகமாவதில்லையா? பழகப் பழக இச்சை வளருமெனில் நீண்டகால உறவுகளில் ஏன் நேர்மாறாக நடக்கிறது?

இதுவும் உண்மைதான். ஒருவரது தொடர்ச்சியான அருகாமை கசப்பையும் ஏமாற்றத்தையும் தரலாம். இது இயல்பே என நினைக்கிறேன். எது ஒன்றை சிறப்பைக் கொணர்கிறதோ அதுவே சீரழிவையும் தரும். அன்பு மட்டுமே வெறுப்பாக மாறுகிறது; மாற்றம் மாற்றமின்மையையும், நம்பிக்கைகள் அவநம்பிக்கைகளும் கொண்டு வருகின்றன. நீங்கள் இத்தனை

நாள் இச்சை கொண்டிருந்த ஒருவர் மீது உங்களுக்கு மெல்ல மெல்ல அலுப்பு ஏற்படும் என நான் நினைக்கவில்லை.

மாறாக நீங்கள் செக்ஸியாகக் கருதின ஒன்று இப்போது கசப்பாக மாறலாம். சில மாதங்களுக்கு முன்னால் கிளர்ச்சி ஏற்படுத்திய ஒருவரது குழந்தைத்தனம் இப்போது முதிர்ச்சி இன்மையாய்ப் படலாம். சுட்டியாய்த் தோன்றின முன்கோபம் இப்போது பொறுப்பின்மையாய்த் தோன்றலாம். விசயம் ஒன்று தான். அது மாறாமல் அப்படியே இருக்கிறது அதன் மீதான எதிர்வினை மட்டுமே மாறி இருக்கிறது. நாணயத்தைச் சுண்டும் போதும் தலை விழுகிறது என்றால் அதன் பொருள் அடுத்த முறை அது விழும் போது பூவாகவும் இருக்கலாம் என்பதே. மனித மனம் விசித்திரமானது என்பதையே இது காட்டுகிறது. சந்தர்ப்பமும் மனநிலையையும் வாழ்க்கை நிலையும் சாதகமாக இருந்தால் இப்போது நீங்கள் நேசித்த ஒருவரை வெறுக்கக் காரணமாக இருப்பது மோகிக்க மீண்டும் காரணமானதாக மாறலாம்.

கீழே வருவது அறிவியல் இச்சைக்குத் தரும் விளக்கம்:

புணர்ச்சி மற்றும் இனவிருத்திக்காக மட்டுமே நாம் எதிர்பாலினத்தின்பால் ஈர்க்கப்படுகிறோம். நமது காதல் இனவிருத்தியில் நாம் ஈடுபடுவதற்காக இயற்கையில் நம் உடலை வைத்து ஆடும் ஒரு விளையாட்டு; ஒருவரிடம் நம் நோக்கம் நிறைவேறின பின் அவரை விடுத்து அடுத்த துணையை நாடிச் செல்வதே வலுவான எதிர்காலத் தலைமுறையினரை உருவாக்க உதவும்.

இது ஒரு தட்டையான விளக்கம். நாம் இனவிருத்திக்கு அப்பாலும் ஏன் நேசத்துக்கு உரியவர்கள் மீது இவ்வளவு உணர்வுபூர்வமான ஈடுபாட்டுடன் இருக்கிறோம்? நமது இருப்பு, மகிழ்ச்சி, நிறைவு, வாழ்வின் அர்த்தம் ஆகியவை எப்படி நாம் இச்சிக்கும், விரும்பும், நேசிக்கும் ஒருவரின் அருகாமையால் ஒரு மேஜிக் போல சுலபத்தில் சாத்தியமாகிறது எனும் கேள்விகளுக்கு மேற்சொன்ன அறிவியல் விளக்கத்தில் பதில் இல்லை.

இச்சிப்பது என்பது இச்சிப்பது மட்டுமே அல்ல. அது நம்மை நிலைப்படுத்துவது. நம் இருப்பை உணர்வது. நம்மை அறிவது.

"மோகம் ஏன் முப்பது நாள்?" – பெருந்தேவியின் எதிர்வினை

பேஸ்புக்கில் "மோகம் ஏன் முப்பது நாள்?" கட்டுரைக்கு கவிஞர் பெருந்தேவி அளித்த அபாரமான எதிர்வினையை இங்கு பகிர்கிறேன். சொல்லப் போனால், கட்டுரையில் நான் பேச இயலாத ஒரு அம்சத்தை பெருந்தேவி சரளமான கவித்துவ மொழியில் விவாதிக்கிறார். "காதலன் காதலன் ஆல்லாதோர்" எனும் இருமையைக் கடந்து, சிலவேளைகளில் காதலில் கசியும் சந்தர்ப்பங்களில் - ஒரு பெண் மனம் இயங்க முடியும் என பேசுகிறார். முக்கியமான பார்வை இது. அவரது பதிவை இங்கு பகிர்கிறேன். அவருக்கு என் நன்றி:

"ரோலான் பார்த் போல் எழுதியதைப் போல் எழுத வேண்டியது காதல். பார்த்தவுடன் காதல் என்பது *myth* அல்ல. அது எப்படி என்று பலர் கேட்டாலும். *Gut feeling* அது. ஒருவகையில் ஒரு தேர்ந்த வாசகர் அவருக்கான கவிதையைக் கண்டுணர்வது போல. கண்கள்... ஆனால், புற அழகின் பங்கு ஒரு சின்ன அளவில்தான். கண்கள் என்றதும் புற அழகு குறித்து அல்ல.

அவ்வாறு கண்ணில் விழுந்து காதலில் எழும்போது (காதலில் விழுதல் என்ற வினை எனக்கு ஒவ்வாதது, உண்மையில் நாம் எழுகிறோம் அதில்.) அதைக் கவனமாகப் பராமரிக்க வேண்டியிருக்கிறது. காதல் சொர்க்கத்திலிருந்து அளிக்கப்பட்டிருக்கும் செடி. வன்முறையும் கெட்ட எண்ணங்களும் நிறைந்த சூழலில் மிகக் கவனமாகப் பராமரிக்கவேண்டிய செடி. அதைச் செய்யமுடிந்தால் (மட்டுமே) வாழும். மிகக் கடினமான விஷயம் அது.

//பார்த்ததும் காதல் என்பதே தவிர்க்க முடியாத நிதர்சனம். வேறெப்படியும் அது நிகழ முடியுமா தெரியவில்லை.//

//இப்படி பார்த்து தன்னை இழந்து காதலில் விழுந்த ஒருபெண்ணுடன் (ஆணுடன்) காபி அருந்திக் கொண்டிருக்கிறீர்கள். அவள் (அவன்) கண்களுக்குள் உங்களை மறந்து லயித்திருக்கிறீர்கள். ஒரு சைகை, ஒரு சிறு அசைவு, ஆடையின் சலசலப்பு, முடி நெற்றியில் புரளும்பாங்கு//

//நீங்கள் உங்கள் காதலனுடன் இருக்கையில் இன்னொரு ஆணைக் கண்டு மனம் அலைபாய்கிறது. ஆனாலும் அந்தப் பேரழகனுக்காக உங்கள் காதலனான அழகனை நீங்கள் கைவிடப் போவதில்லை.//

மனம் அலைபாய்தல் என்பதை இப்படித்தான் பார்க்கிறேன். தன் காதலனோடு / காதலியோடு இருக்கும்போது பிற பெண்களும் ஆண்களும் அழகாகத் தெரியவே வாய்ப்புண்டு. அதாவது ஒருவர் மீது இருக்கும் காதல் பலரையும் நம் கண்ணில் அழகாக்கிக் காட்டுகிறது. உலகமே ரம்மியமாகிறது என்பது கிளிஷே அல்ல. அதனால், இந்த முதல் வரியின் அலைபாய்தல் தடாலென்று கைவிடுதலுக்கு எப்படி இட்டுச் செல்கிறதெனத் தெரியவில்லை.

ஏன் அலைபாய்தல் காதலோடு சேர்ந்த ஒன்றாக இருக்கக்கூடாது? இதனால் அலைபாய்தலையும் காதலையும் ஒன்றாக்கி சமப்படுத்தி நான் சொல்லவில்லை. அலைபாய்தல் ஒரு *momentary good feel* என்பதாக ஏன் கொள்ளக்கூடாது? ...

By the way, என் காதலனோடு நான் இருக்கும்போது ஒரு பூனைக்குட்டியோ ஆட்டுக்குட்டியோ போனாலும் அவை ஒன்றே போல் பேரழகாக என் கண்ணுக்குக் காட்சி தரும். உடனே என் மனதுக்குப் பிடித்துவிடும். தற்காலிகமாக என்றாலும்தான்.

அப்புறம்... அலைபாய்தல் விவகாரங்களைத் தவிர்த்து, தள்ளிவைத்துப் பார்த்தால்... தீவிரமான, *genuine* ஆன காதல் ஒருவரோடுதான் இருக்கவேண்டுமா, இருக்குமா என்பவை எல்லாம் ஆபத்தான, ஆனால் கேட்கப்பட வேண்டிய கேள்விகள்.”

– பெருந்தேவி

பெண்களிடம் ஏன் உடலை மட்டும் கேட்க முடியாது?

பெண்களிடம் உடல் விழைவை ஆண் நேரடியாகவே வெளிப்படுத்த வேண்டும் எனும் தொனியில் சிலாக்கியமாக மெத்துமெத்தென யாத்ரி எழுதிய ஒரு பேஸ்புக் பதிவு எத்தனை விதமான பார்வைகளை, மறுப்புகளை, பாராட்டுகளைக் கடந்த சில நாட்களில் கடந்து வந்திருக்கிறது எனப் பார்க்கும் போது வியப்பு ஏற்படுகிறது (மனுஷ்யபுத்திரன் கூட அதைப் பற்றி ஒரு கவிதை எழுதிவிட்டார்!) - இவ்வளவு விவாதிக்க அதில் ஒன்றுமே இல்லை என்று எனக்கு அதைத் துவக்கத்தில் படித்த போதே தோன்றியது.

ஒரு பெண்ணிடம் கடலை போட நினைக்கும் ஆண் தன் இச்சையை முடிந்த அளவுக்கு மறைக்காமல் இருக்க வேண்டும். இல்லையெனில் பெண்கள் இவர்களை *friend zone*க்கு அனுப்பி விடுவார்கள் என நிறைய டேட்டிங் பத்தியாளர்கள் சொல்லி இருக்கிறார்கள். ஒருமுறை *friend zone*க்கு போய் விட்டால் பிறகு மீள முடியாது. இதில் கலவரத்தை உண்டு பண்ணும் விவகாரம் ஒன்றும் இல்லை. ஆனால் இது இக்கருத்து இவ்வளவு

விவாதிக்கப்பட்டதற்கு ஒரு காரணம் யாத்ரி இதை சமூக வலைதள அரட்டைகளில் விடுக்கப்பட்டும் காதல் தூதுகளுக்குப் பொருத்துகிறார் என்பது. அது பலரையும் சீண்டி விட்டது; கிளுகிளுப்பான ஒரு சிந்தனையோட்டத்துக்கு முகாந்திரம் தந்தது.

பேஸ்புக்கில், உதாரணமாக, பெண்களை அடையும் நோக்குடனே பலரும் கணக்கைத் தொடங்குகிறார்கள். அவர்கள் அதிகமாய் எழுதவோ பகிரவோ மாட்டார்கள். இந்த ஸ்லீப்பர் செல்கள் பேஸ்புக்குக்கு வெளியே ஒரு வளமான வலைத்தொடர்பை உருவாக்கி ஜாலியாக இருப்பார்கள். இன்பாக்ஸை விட்டால் வேறு உலகமே இந்த ஸ்லீப்பர் புலிகளுக்குத் தெரியாது. எந்தத் தயக்கமும் இன்றி எல்லா பெண்களையும் நள்ளிரவில் கூட "ஹை" போட்டுத் தொந்தரவு பண்ணுவது, எல்லாரையும் முயற்சி பண்ணிப் பார்ப்பது என மிக மிகத் தீவிரமாக இருப்பார்கள். கடும் இறுக்கத்தில் இருக்கும் பெண்களில் பலரும் இந்தச் சமூக வலைதளங்கள் தந்த சுதந்திரத்தால் புதுப்புது உறவுகளை இப்போது பரிசீலிக்கத் தொடங்கி இருக்கிறார்கள். இந்த வகையான டேட்டிங் என்பது காதலுக்கானது அல்ல. இதில் ஈடுபடுகிறவர்கள் வெகுதெளிவாக இருக்கிறார்கள். இதைத் தான் யாத்ரி சொல்ல வருகிறார் என புரிந்து கொண்டேன். அவர் இதைச் சொன்னதும் இந்த திறந்தநிலை பாலியலை வசதியாக பேச நமக்கு ஒரு நல்ல வாய்ப்பு அமைந்து விட்டது - அவரைத் திட்டியோ பாராட்டியோ மறுத்தோ இந்தப் பாலியல் பிரளயத்தைக் கடந்த சில நாட்களாகப் பரிசீலித்து வருகிறோம்.

சி.எஸ்.கே சொல்வதைப் போல யாத்ரி இந்த விவகாரத்தை ரொம்பவே மிகையாக ரொமாண்டிக்காகப் பார்ப்பதாகவே நினைக்கிறேன் - வெளிப்படையாக செக்ஸ் பற்றி நாம் இன்று பேசலாம், ஆனால் முழுக்க செக்ஸை மட்டுமே முன்வைத்த, எந்த உணர்வுப் பற்றுதலும் இல்லாத *one-night stand*களுக்கு நம் சமூகம் தயாராகவில்லை என்பதே உண்மை. கள்ள உறவுகளில் கூட நமது ஆட்கள் ஒரு மனச்சாய்வுடனே இருக்கிறார்கள். நமக்கு உடல் மட்டுமே போதாது; உடலுடன் நமக்கு

மனரீதியான ஆறுதல்கள், தோள் அணைப்புகள், நம்பிக்கை அளிக்கும் வார்த்தைகள் தேவையாக உள்ளன. அதனால் தான் திருமணமானவர்கள் கள்ளக்காதலில் ஈடுபடும் போது அது அம்பலமாகும் போது இரு பெண்கள் ஒரு ஆணுக்காக பொதுவெளியில் அடித்துக் கொள்வதை, பக்கம் பக்கமாய் வசையை எழுதுவது, காணொளிகளில் ஒப்பாரி வைப்பதை எல்லாம் பார்க்கிறோம். பொஸஸிவ்னெஸ் இல்லாமல் டிஷ்யூபேப்பர் போல பாலுறவுகளைக் கையாள நம் சமூகம் இன்னும் கற்றுக் கொள்ளவில்லை - ஒருவிதமான களங்கமின்மை இன்னமும் நம் மக்களிடம் இருக்கிறது; சமூகவலைதளங்களில் நம்மவர்கள் நாடுவது ஒரு மாற்றுக்கணவனை, மாற்று மனைவியை, மாற்றுக் காதலியை, மாற்றுக்காதலனை; அதிக இடையூறு இல்லாத ஒரு 'உண்மையான' உறவை. ஒரு பெண் தன்னிடம் வரும் ஆணுடன் படுக்க விரும்பலாம்; ஆனால் அவன் அவளை "உடலாக" மட்டுமே காண்பதாய்த் தோன்றினால் அவள் காயப்படுவாள். செக்ஸுடன் உணர்வுரீதியான அங்கீகாரத்தை அவள் விரும்புவாள்.

நம்முடைய ஓரிரவு உறவுகள் இப்படி இருக்கையில் நீங்கள் செக்ஸை வெறும் உடல் சம்பந்தமான விசயமாக நம்மூரில் பார்க்க முடியாது என நினைக்கிறேன்.

(ஜனவரி 2020)

இந்த உலகில் ஏன் அழகிகள் இல்லை?

பெண்களின் அழகுக்கும் அவர்களுடைய இயல்பு, பண்பு நலன்கள் மற்றும் ஆளுமைக்கு இடையிலான முரண் பற்றி நிறையப் பேசப்பட்டிருக்கிறது. நான் கல்லூரி முதலாமாண்டு படிக்கையில் எங்கள் வகுப்பில் சற்றுத் தாமதமாக ஒரு பெண் வந்து சேர்ந்தாள். அவள் அசாதாரணமான அழகைக் கொண்டிருந்தாள். பெண்கள் ஒருவித அச்சத்தை அவளிடம் காட்டினர். ஆண்கள் அவளைப் பார்த்துத் தடுமாறிப் போனார்கள். அவள் வந்து அமர்ந்ததும் ஒருவித மௌனம் எங்கும் பரவியது. யாரும் அவளிடம் போய்ப் பேசவில்லை. ஆனால் வகுப்பு ஆரம்பித்ததும் ஒரு விசித்திரம் நிகழ்ந்தது. ஆசிரியர் அவளை சுய-அறிமுகம் பண்ணக் கேட்டார். நாங்கள் முதன்முதலில் அவளது குரலைக் கேட்டோம். அதைக் கேட்டதும் ஆண்கள் மத்தியில் இருந்து அமர்த்தலான சிரிப்பொலிகள் கேட்டன. ஏனென்றால் அவள் மூக்கால் பேசினாள். அப்படி ஒரு அழகுக்கும் அந்த குரலுக்கும் பொருந்தவே இல்லை. அடுத்தடுத்த நாட்களில் அவளுடைய அந்தப் பேரழகுக்கும் சுபாவத்துக்கும் சம்மந்தமே இல்லை என நாங்கள் அறிந்துகொண்டோம். அவளுக்கு தன் அழகு குறித்த பிரக்ஞை இருப்பதாகவே தெரியவில்லை. இது

அவளைக் கவர்ச்சியாகவும் மாற்றவில்லை. ஏனென்றால் வேடிக்கையான ஒரு குழந்தையாகவே அவள் இருந்தாள். விரைவில் அனைவருக்கும் அவள் நெருக்கமான தோழியானாள். ஆண்கள் யாரும் அவளைக் காதலிக்கவில்லை. பெண்கள் யாரும் அவளிடம் பொறாமை கொள்ளவில்லை. ரொம்ப விலகி நின்று அவளை ரசிக்கும் ஆண் கூட பக்கத்தில் வந்ததும் ஹி ஹி எனச் சிரித்துவிட்டு அவளை சாதாரணமாக உணர்வான். ஒருவேளை அவள் சுமாரான தோற்றமும் வேடிக்கையான மனோபாவமும் கொண்ட ஒரு பெண்ணாக இருந்திருந்தால் கூட அவளை சிலர் விரும்பியிருப்பார்கள், ஆனால் அவளுடைய தோற்றத்துக்கும் சுபாவத்துக்குமான அந்த முழுமையான முரண் எல்லா கற்பனாவாதங்களையும் கலைத்துப் போட்டது. பெரும்பாலான பெண்கள் தமது தோற்றத்தை ஒரு திரையாக பயன்படுத்தி தம் சுயத்தை மர்மமாக மாற்றுவார்கள். “சந்தோஷ் சுப்பிரமணியத்தில்” வரும் ஜெனிலியாவின் குழந்தைமையில் கூட ஒரு சுட்டித்தனம், தன்னுணர்வு, அதனாலான கவர்ச்சி இருக்கும், ஆனால் இவளோ அத்தகைய சூட்சுமங்கள் இல்லாதவள்.

இவளைப் பற்றின நினைவு வரும்போதே ஒரு பெண் எப்போது அழகாகிறாள், எப்போது அழகற்றவளாகிறாள் எனும் கேள்வி எனக்குள் எழும். அழகு தோன்றித் தோன்றிக் கலைகிற ஒன்றாக இருக்க, நாமோ அது நிலையானது என இந்தக் காட்சி ஊடக உலகில் நம்புகிறோம். இது ஆண்-பெண் உறவில் பல சிக்கல்களை விளைவிக்கிறது. இதனால் மட்டுமே அழகு முக்கியமற்றது என நாம் கூறி விட முடியாது. அழகே பெண்ணுலகுக்கான திறவுகோல் (பாலுறவு சார்ந்து). ஆனாலும் இந்த அழகே பெண்ணிருப்பை அறியவிடாமல் நம்மைத் தடுக்கவும் செய்கிறது. அழகு ஒரே சமயம் பெண்களுக்கு சிறகுகளாகவும் அவர்களை எழவிடாத பெருத்த எடையாகவும் இருக்கிறது. அழகின் இருத்தல்தான் என்ன, அதன் முரண்கள் என்னென்ன, அது ஏற்படுத்தும் குழப்பங்கள், நெருக்கடிகள் என்னென்ன, இந்தச் சிக்கல்களில் இருந்து எப்படி நம்மை விடுவிப்பது என்பதைப் பற்றியே இங்கு பேசப் போகிறோம்.

பெண்களைப் பொறுத்தமட்டில் தோற்றமும் அவர்களுடைய வாழ்தலும் ஒட்டாதவையாக உள்ளன என்பதே நம் விவாதத்தின் தொடக்கப் புள்ளி. ஒரு பொறுப்புத் துறப்பு: இங்கே தோற்றத்தை நான் உடலாகப் பார்க்கவில்லை. உடல் என்பது இந்த உலகில் நாம் இருப்பதற்கான ஒரு கருவி; நம் இருப்பை அறிவதற்கு அடிப்படையாக விளங்கும் ஒரு இயக்கமே உடல். ஆக, ஒரு அழகான பெண்ணை நாம் அழகான பெண்ணுடல் என்று வரையறுத்து விட முடியாது. ஏனென்றால் நீங்கள் பார்க்காவிடிலும் அவளுடைய உடல் மற்றொன்றாக ஆவதில்லை. ஆனால் நீங்கள் பார்க்காவிடில் அவளுடைய அழகு என்பது அதுவாக இருக்காது. அழகு என்பது இந்த உடல் மீது சூடப்பட்ட ஒரு அலங்காரமாக உள்ளது; அது சுலபத்தில் துறக்க முடியாத அலங்காரமாக, வாழ்தலின் ஒரு பகுதியாகவும் இருக்கிறது என்பதே சிக்கல். இதை நான் அடுத்தடுத்த பத்திகளில் நிறுவ முயல்கிறேன் என்பதால் இதுவரை படித்தவர்கள் தொடர்ந்து படிக்கத் தவறாதீர்கள்.

அண்மையில், தமிழினி இணைய இதழின் ஆசிரியரும் எழுத்தாளருமான கோகுல் தனக்குப் பிடித்த அயல்நாட்டு நடிகையரின், அழகியரின் புகைப்படங்களைப் பகிர்ந்திருந்தார். அதுவரை என் மனதை அரித்துக்கொண்டிருந்த இக்கேள்வி அப்போது அவருடனான ஒரு பின்னூட்ட விவாதமாக வெளிப்பட்டது. அங்கு நான் எழுப்பிய கேள்விகளையே இங்கு விரித்து கட்டுரையாகத் தருகிறேன்:

1) ஒரு பெண் சாராம்சமாக ஒரு அழகியாக நிலைக்க முடியாது. நான் காலத்தால் அவள் அழகு மறைவதைச் சொல்லவில்லை. இந்த நிமிடமே கூட அவள் தன்னளவில் மட்டும் அழகியாக முடியாது. அவள் எந்தக் கோணத்தில், எப்படியான ஒளியமைப்பில் நம் முன் தோற்றமளிக்கிறாள், என்ன மாதிரியான ஒப்பனை அணிந்திருக்கிறாள், அவள் எந்தச் சூழலில் இருந்து நம் முன்பு தோன்றுகிறாள் என்பதில் தொடங்கி அவளை நாம் கவனித்து பார்ப்பது வரை பல நிலைகள்

அவளது தோற்றத்தை அழகாக்குகின்றன. நிபந்தனைகள் இன்றி அழகே இல்லை. இதை நாம் அனைவரும் ஏற்போம். இன்றைய காஸ்மெடிக் நிறுவனங்கள் ஒரு பெண்ணின் முகத்தை 50% மேல் புதுப்பொலிவை, அமைப்பை, ஒளிர்வை தரும்படி மாற்றலாம் என உறுதியளிக்கும் அளவுக்கு ஒப்பனை செய்வது ஒரு தனி கலையாக இன்று மாறியுள்ளது. பெண்கள் இன்று தம்மை ஒரு ஓவியம் போல தம் மீதே எழுதிக்கொள்ள முடிகிறது. இதைக் கற்றுப் பயிலும் பெண்கள் அழகை ஒரு முகமூடியைப் போல எடுத்தணிந்து கொண்டு உலகுக்குத் தோற்றமளிக்கிறார்கள். முகமூடிக்குப் பின்பு தாம் வேறொரு நபர் என்பது அவர்களுக்கு எந்தக் குழப்பத்தையும், குற்றவுணர்வையும் ஏற்படுத்துவதில்லை. கண்ணாடி முன்பு நாம் நிற்கும் போது தெரிவது ஒரு தோற்றம் எனில் (பிரதிபிம்பத்தை உங்களால் தொட்டுணர முடியாது என்பதால்) ஒப்பனை செய்து நிற்கையில் நாம் காண்பது ஒரு தோற்றத்தின் மீது அமர்த்தப்பட்ட மற்றொரு தோற்றத்தை - அதாவது தோற்றத்தின் தோற்றத்தை. அது தோற்றத்தின் நிழல் அல்ல, ஒரு பிரதி-தோற்றம் என்பதே முக்கியமான அவதானிப்பு. இப்போது ஆண்நோக்கை (*male gaze*) இங்கு கொண்டு வந்தால் நிலைமை இன்னும் சிக்கலாகிறது. கண்ணாடி ஒரு உயிரற்ற பார்வையாளன். அது உங்களைப் பிரதிபலித்தே ஆக வேண்டும். ஆனால் பார்க்கும் ஆளுக்கு உங்களை உதாசீனிக்க, மதிப்பிட, விரும்ப, வெறுக்க உரிமைகள் உண்டு. இப்போது பார்க்கப்படாவிடில் ஒரு பெண் அழகி அல்லாமல் ஆவாளா?

ஆண் பார்க்காவிடினும் பெண் அழகியல்லாமல் ஆக மாட்டாள் என்பதே பதில். ஏனென்றால் ஆணின் நோக்கைக் கொண்டு அவள் தன்னையே கற்பனையால் பார்த்துக் கொள்ள முடியும், செல்பி எடுக்க முடியும், கண்ணாடியில் நெடுநேரம் நின்று சிலாகிக்க முடியும். ஆனால் ஒரு பேரழகியைப் பார்க்க உலகில் யாருமே இல்லை, அவளும் தன் பார்வைப் புலனை இழந்து விட்டாள் எனில் அவள் பேரழகியாக எஞ்சுவாளா? ஆம் தன் மனக்கண் வழி அவள் தன்னைப் பார்ப்பதன் வழியாக எஞ்சுவாள். அழகு அழகாக இருக்க ஏதோ ஒரு ஜோடிக் கண்கள்

அதைப் பார்ப்பது ஒரு தவிர்க்க முடியாத நிபந்தனையாக இருக்கிறது.

இனி பார்க்கிற ஆணின் தரப்பில் இருந்து ஒரு கேள்வி: உங்கள் முன்பு இரு பெண்கள் நிற்கிறார்கள். ஒருத்தி பேரழகி, மற்றவள் குரூபி. திடீரென வெளிச்சம் முழுக்க அணைந்து இருள் உலகெங்கும் சூழ்கிறது. பெண்கள் இடம் மாறி நிற்கிறார்கள். உங்களால் அவர்களை அழகியராக இப்போது அடையாளம் காண முடியுமா? அவர்களுடைய உடல் வாசனை, குரல், உயரம், பருமன் ஆகியவற்றை வைத்து மனக்கண்ணால், கற்பனையால் முடியும். ஆனால் இதுவே காட்டிவிடவில்லையா, அழகை நீங்களே தோற்றத்தை வைத்து உற்பத்தி செய்கிறீர்கள் என்பது.

2) இருந்தும் நம்மால் அழகை ஆராதிக்காமல் இருக்க முடிவதில்லை. மிக அன்பான, பண்பான, முதிர்ச்சியான பெண்ணை விடவும் அழகான பெண்ணையே மனம் விரும்புகிறது. அதே நேரம் ஒரு அழகியிடம் மேற்சொன்ன குணங்கள் இல்லாமல் அவள் வெறுப்பாலானவளாக, பண்பற்றவளாக, முதிர்ச்சியற்றவளாக இருந்தால் நாம் மெல்ல மெல்ல அவளை வெறுக்க ஆரம்பிக்கிறோம். பார்வைப் புலனால் கிடைக்கும் இன்பமே முக்கியமெனில் ஏன் குணநலன்கள் முக்கியமாகக் கருதப்படுகின்றன? ஆண்கள் ஏன் ஒரு பெண்ணிடம் ஆளுமையை எதிர்பார்க்கிறார்கள்? இங்குதான் அழகின் ஒரு முக்கியமான தத்துவச் சிக்கல் தோன்றுகிறது - அழகு என்பது வெளிப்படுத்தப்படுவது அன்று.

வெளிப்படுத்தலை நான் ஒரு செயலாகக் காண்கிறேன். ஒருவர் தன் பேச்சு, எழுத்து, படைப்பாக்கம், செயலின் வழி புத்திசாலித்தனத்தை வெளிப்படுத்தலாம். அது ஒரு செயலாக இருக்கிறது. ஆனால், கவனியுங்கள், ஒப்பனை அணிந்து புகைப்படம் எடுத்துக்கொள்ளும் ஒரு பெண்ணை நீங்கள் பார்க்கும் போது, அல்லது அவள் உங்கள் அருகே அமர்ந்து ஸ்டிராபெரி ஐஸ் கிரீமோ டெயிரிமில்க் சில்க்கோ சாப்பிடும் போது அது ஒரு செயல் அல்ல. ஏன்? ஒரு பெண் தரையைப் பெருக்கும்போதுகூட அழகாகத் தோன்றலாம்,

தூங்கும் போதுகூட அவளைப் பார்க்கும் ஒரு ஆணுக்கு இச்சை ஏற்படலாம். ஆனால் அவள் அங்கு தன் அழகை வெளிப்படுத்த முயலவில்லையே. அதேபோலத்தான் புகைப்படத்தில், படக்காட்சியில் வரும் பெண்ணும். செயல் என்பது ஒன்றை நிகழ்த்தும் நோக்கில் செய்யப்படுவது. புகைப்படத்தில் உள்ள பிம்பமோ தூங்கும் பெண்ணோ அப்படி தன் அழகை 'செய்வதில்லை'. ஒரு தோற்றநிலை (புகைப்படம்), அசைவு (நடத்தல்), வேறு உத்தேசத்துடன் செய்யப்படும் செயல்கள் (தூக்கம், குளியல், பெருக்குவது) அழகாகக் கருதப்படுவதாலே அழகாகிறது ஒழிய 'அழகாக' நிகழ்த்தப்படுவதால் அல்ல. இதை ஆளுமையுடன் ஒப்பிடலாம் - ஒருவருடைய ஆளுமை நிகழ்த்தப்படாமல் வெறுமனே பார்க்கப்படுவதால் வெளிப்பட இயலாது. ஒருத்தி தன் பசியால் அழும் குழந்தைக்கு மார்பைத் திறந்து பாலூட்டுகிறாள். அக்குழந்தைக்கு அது பசியாற்றப்படும் செயலன்றி வேறில்லை. ஆனால் அதைப் பார்க்கும் ஒரு ஆணுக்குள் அது பால் இச்சையைத் தூண்டலாம். முதலாவது அனுபவத்தால் அறியப்படுவது, இரண்டாவது பார்வைப்புலனால் தூண்டப்பட்டு கற்பனையால் உண்டுபண்ணப்படுவது.

நீங்கள் இப்படிக் கேட்கலாம்: ஒரு பெண் குறைவான ஆடையில் கவர்ச்சியாக சாலையில் போகிறாள். இதில் தன் அழகை நிகழ்த்தும் நோக்கம் இல்லையா? இருக்கலாம், ஆனால் அப்போது அது ஒருவழிப்பாதையாகவே இருக்கும். அவளை அப்போது ஒரு யானை துரத்தினால் அவள் ஓடுவது பார்வையாளனுக்கு அழகாக, கவர்ச்சியாக இருக்கலாம், ஆனால் அந்தச் சமயம் அவளுக்கு அந்த நோக்கம் ஒரு துளி கூட இருக்க முடியாது தானே!

பார்க்கப்படும் எந்தக் காட்சிக்கும் இந்தப் போதாமை உண்டு தானே என நீங்கள் கேட்கலாம். என்னுடைய பதில்: ஆவி பறக்கும் சூடான காப்பியைப் பார்த்தால் அது சூடான காப்பி எனத் தெரியும். அதை எடுத்து அருந்தி உறுதி செய்யவும் முடியும். ஆனால் அழகை அப்படி எடுத்து நீங்கள் அருந்த

முடியாது. அழகு தோற்றத்தில் மட்டுமே உயிர்க்கிற ஒரு விசித்திர ஜீவி.

இதனால்தானோ ஏனோ அழகிகள் கூட தம் உடம்பால் மட்டும் மதிப்பிடப்படுவதை விரும்புவதில்லை, அதே நேரம் அவர்களுடைய இருப்பானது உடலின் மீது எழுப்பப்பட்டிருப்பதால், அழகைக் கொண்டே அந்த உடலுடன் உறவாட ஆண்களை அழைக்க முடியும் என்பதால் வெறுமனே தன்னை ஒரு உரையாடும் தரப்பாக, உடலற்ற குரலாக மட்டும் காணும் ஆண்கள் மீது ஒருவித கோபமும் அசூயையும் அவர்களுக்கு ஏற்படுகிறது. அல்லது குறைந்தது அவர்களை ஒரு எல்லை வகுத்து அங்கேயே நிறுத்திவிடுகிறார்கள் *(friend zone)*. எந்தப் பெண்ணுக்கும் உடலே மனம், மனமே உடல். ஒரு பெண் தன் தோற்ற அழகை எப்படியாகச் செயல்படுத்தி விட வேண்டும் என துடிக்கிறாள். தனது கூந்தல் இழை காற்றில் ஆடுவதில் தொடங்கி சின்னச்சின்ன உணர்ச்சி வெளிப்பாடுகள், அக்கறை, சரியான சொற்கள் ஒவ்வொன்றும் அழகின் பகுதியாகப் பார்க்கப்பட வேண்டும் என விரும்புகிறார்கள். இது பெண்கள் விசயத்தில் தோற்றம்-ஆளுமை எனும் இருமையை அழித்து அழகு என்றால் என்ன எனும் கேள்வியை மேலும் சிக்கலாக்குகிறது. ஆனால் இந்த ஆட்டத்தில் பெண்கள் தோற்றுக்கொண்டே போகிறார்கள் என்பதே துயரம். ஏன் எனக் கேட்கும் முன் அடுத்து ஒரு கருத்தையும் பரிசீலித்து விடுவோம்.

3) ஒரு தச்சு வேலை செய்கிறவனை தச்சன் என்கிறோம். பேச்சை நிகழ்த்துபவனை பேச்சாளன் என்கிறோம். பார்வையிடுகிறவனை பார்வையாளன் என்கிறோம். தலைமை தாங்குபவன் தலைவன். கவிதை எழுதுகிறவன் கவிஞன். கொலை செய்பவன் கொலைகாரன். பாலியல் தொழில் செய்பவர் பாலியல் தொழிலாளி. இப்படி ஒவ்வொருவரும் தாம் சீரியஸாக எடுத்துச் செய்கிற ஒன்றால் அடையாளப்படுத்தப்படுகிறார்கள். அன்றாடத்திலோ, போன் பேசிக்கொண்டு போகிறவன், போன் பேசிக்கொண்டு போகிறவன் ஆகிறான். பிளாட்பாரத்தில்

தூங்குகிறவன் பிளாட்ப்பாரத்தில் தூங்குகிறவன் ஆகிறான். செயலே அடையாளம். ஏனென்றால் செயலே நமது இருப்பு. இந்த இருப்பானது தொடர்ந்து மாறுகிறதாக, நிலையற்றதாக இருப்பதனாலே, ஒரு நிமிடத்துக்குள் மூக்கை நோண்டுகிறவனாக, வெறித்துப் பார்ப்பவனாக, வியர்வையைத் துடைப்பவனாக, போனை எடுத்துப் பார்ப்பவனாக நாம் பல ஆட்களாக இருந்து கொண்டிருப்பதால், குழப்பம் வேண்டாம் எனக் கருதியே நாம் பெயர்களை சூடிக் கொள்கிறோம். (அப்போதும் பெயரைக் கொண்டு மதிப்பிடப்படுவதை விரும்ப மாட்டோம்.) இப்போது ஒரு கேள்வி கறுப்பாக இருப்பவனைக் கறுப்பன் என நாம் கூறினால் அதை ஒருவர் ஏற்றுக்கொள்வாரா? மாட்டார். குள்ளமாகத் தெரிபவனை குள்ளன் என்று சொல்லலாமா? ம்ஹூம். ஒரு நாகரிகமான சமூகத்தில் கூடாது. ஏனென்றால் கறுப்பாக இருப்பதோ வெள்ளையாக இருப்பதோ அவரது செயல் அல்ல. குள்ளமாக, உயரமாக இருப்பதும் ஒரு செயல் அல்ல. பின்னர் ஏன் அழகாகத் தெரிபவரை மட்டும் அழகி என அழைக்கிறோம்? ஒரு புத்தகம் அது புத்தகமாகத் தெரிவதனால் மட்டுமே புத்தகம் அல்லவே. திறந்து பார்த்தால் வெற்றுப்பக்கங்கள் எனில் நீங்கள் அதை ஒரு நாவலாக, கவிதைத் தொகுப்பாக ஏற்க மாட்டீர்கள். ஏனென்றால் புத்தகமானது ஒரு வாசகனுடன் உரையாடும் போதே அது புத்தகமாகிறது. ஒரு ஆப்பிள் உங்களால் கடித்துச் சாப்பிட முடியும் எனும் போதே ஆப்பிள் ஆகிறது. ஒரு கல், ஒரு மலை, மேகம்? இவற்றையும் உங்களால் பார்க்க மட்டுமே முடியும். ஆனால் தொட்டுணரவோ வேறு வழியில் பருண்மையாக அறிந்து கொள்ளவோ முடியவில்லை எனில் அவை கல்லோ, மலையோ, மேகமோ அல்ல. ஒரு ஆப்பிளை எடுத்துக் கடிப்பதைப் போல அழகை எடுத்துக் கடிக்க முடியுமா? (கன்னத்தைக் கடிப்பதைச் சொல்லவில்லை.) ஒரு கல்லை எடுத்து எடையை அறிவதைப் போல அழகை கையில் எடுத்து எடை பார்க்க முடியுமா?

“எவ்வளவு அழகாக இருக்கிறாய்?” என நாம் ஒரு பெண்ணைக் கொஞ்சும் போது அவள் வெட்கமுறலாம் அல்லது நம்பிக்கையுடன் அதை ஏற்கலாம், கர்வம் கொள்ளலாம்,

ஆனால், தான் அப்படி "இருக்கவில்லை" என்பதையும் தான் உணர்கிறாள். அது தன்னை அல்ல வேறு யாரையோ நோக்கிச் சொல்லப்படுவது என அவளுக்குத் தோன்றுகிறது. அதனாலே போதாமை தோன்ற அவள் "வேறெப்படியெல்லாம் இருக்கிறேன்?" என கூடுதலாய் தன்னை விவரிக்க, கொண்டாட, ரசிக்க அவனைக் கேட்கிறாள். அவன் நூறு நூறு சொற்களால் வர்ணித்தாலும் அந்தப் போதாமை தீராது. ஏனென்றால் அவை இல்லாத ஒன்றை இட்டு நிரப்ப கொட்டப்படும் சொற்கள்! ஆனால் பெண்களின் உலகம் பிரத்யேகமானது என்பதால் வேறெப்படியும் அவளுடைய இருப்புக்குள் நுழைய ஒரு ஆணிற்கு வழி இருப்பதில்லை. அவளுடைய இருப்பில் பங்கேற்ற பின்பு அவன் பெரும்பாலும் மொழிக்குள் மீண்டும் சரணடைவதில்லை. ஏனென்றால் அவள் தன்னுடையவள் ஆகிவிட்டாள் எனும் போலி நம்பிக்கை ஏற்படுகிறது. அதனாலே பெண்கள் ஒரு கட்டத்துக்கு மேல் ஆண் தன்னை போதுமான அளவுக்கு புகழ்வதில்லை என அலுத்தும் சலித்தும் கொள்கிறார்கள்.

இறுதியாக, ஆண்களின் தரப்பில் இருந்து பெண்ணழகு சார்ந்த சில சிக்கல்களைக் குறிப்பிட்டு இதை முடித்து வைக்கிறேன்.

ஒரு பெண் தன்னிருப்பை அறிவதற்கு உடலை ஒரு மார்க்கமாக வைத்தாலும் அவள் ஒரு அழகியாக இருக்கும் பட்சத்தில் அந்த அழகானது ஆணைப் பொறுத்தவரையில் ஒரு கவனச்சிதறலாகவே இருக்கும். (அவன் அவளுடைய அழகைப் பார்த்து ரசிப்பதில் அக்கறை மிகுந்துபோனால் தொலைவில் இருந்து சைட் அடிக்கிறவனாக இருக்கவே விரும்புவான். இப்பழக்கம் மோசமாக வளர்கையில், திரையில் மட்டும் பாலின்பத்தைத் துய்ப்பதை ஒருவன் விரும்பும் போது, போர்னோகிரபி போதையாக மாறும்.) ஒரு அழகியுடன் பேசிப் பழகும் போது அவளுடைய எண்ணங்களை, இயல்பை, நாட்டத்தை, உள்முரண்களை, அன்பை, வெறுப்பை அறிவதற்கு அந்த அழகு ஒரு தடையாக இருப்பதை அவன் உணர்வான். பெண்களுக்கோ மிகுதியான அழகு ஒரு தன்னுணர்வை அதிகப்படுத்தி ஆணவத்தை உண்டு பண்ணி ஆணிடம் இருந்து

அவர்களை விலக்கி வைக்கும். இருவருக்கும் இடையில் ஒரு வெற்றிடம் தோன்றும். ஒரு அழகற்ற பெண்ணிடத்து உங்களுக்கு ஆர்வம் தோன்றாமல் இருக்கலாம், ஆனால் பழகுவதற்கு, அறிவதற்கு, உறவாடுவதற்கு அவர்களே சுலபமானவர்கள். அவர்கள் உடனடியாக ஒப்புக்கொள்வார்கள் என்று அல்ல நான் சொல்வது. அவர்களுக்கு அழகு எனும் தடையரண் இல்லை என்பதையே வலியுறுத்துகிறேன். ஏன் அழகை ஒரு தடையரண் என்கிறேன்?

ஒரு பெண்ணிடம் முக்கியமாக இரண்டு விசயங்களைச் சொல்லலாம்: 1) ஆளுமையும் (2) பாலின்பமும். இரண்டையும் நோக்கி உங்களை ஈர்க்கிற அழகு அவற்றை நெருங்கவிடாதபடி ஒரு முள்வேலியாகவும் செயல்படுகிறது. அழகில்லாத போது ஒரு பெண் தன் ஆளுமையை வெளிப்படுத்த, ஆணுடன் உறவாடி பாலின்பம் தந்திட, பெற எளிதாகிறது. ஆனால் அழகோ எப்போதும் உறவுகளைச் சிக்கலாக்குகிறது, ஏனென்றால் அழகு வாழ்தலுக்கு, நமது இருப்புக்கு வெளியே அமைந்திருக்கிறது. ஏனென்றால் அழகு முழுக்க முழுக்க இன்மையால் ஆனதாக இருக்கிறது.

ஒரு அழகிய பெண்ணுடன் இருட்டில் முயங்கும் ஒரு ஆணுக்கு தான் துய்ப்பது அழகற்ற ஒரு உடலை, முன்பு இருந்த தோற்ற அழகு இப்போது இல்லை எனத் தெரியும். அது ஏற்படுத்தும் ஒரு அந்நியமாதல், அதன் அதிர்ச்சி அவனை மேலும் மேலும் அந்த உடலுக்குள் புகுந்து அதுவாகவே ஆகத் தூண்டுகிறது. தான் மிக அதிகமாக ஆராதித்த அழகை தன்னால் தொட, முகர, தழுவ முடியவில்லை, தான் தழுவியதும் அது மறைகிறது என்பதை உணராத ஆண் உண்டா? பாலுறவால் ஒரு உறவை தக்க வைக்க முடிவதைப் போல தோற்றப்பொலிவினால் செய்ய முடிவதில்லை என்பதை நடப்பில் பார்க்கிறோம். ஏனென்றால் வாழ்தல் செயல்களினால் ஆனது, தோற்றத்தினால் அல்ல.

இந்தக் கோணத்தில் பார்த்தால், அழகு என்பது ஒரு மீமெய்யியல் கருத்துருவாக (metaphysical construct) நம் சமூகத்தில் உள்ளது. சர்வ வியாபியான, சர்வ வல்லவனான, முதல்முழுமையான

இறைவனைப் போல. அறம், மக்களாட்சி, நேர்மை, உண்மையைப் போன்ற லட்சிய கருத்துருக்களைப் போல. எப்படி ஒரு பக்தன் தன் கடவுளைத் துதிக்கத் துதிக்க தெய்வத்தின் இருப்பு குறித்த சந்தேகம் அவனுக்கு வலுவாகிறதோ, அப்படியே அழகுக்கும் நிகழ்கிறது. கடவுளைப் போன்றே அழகும் செயலில் இருப்பற்றது. அது கற்பனையை, நம்பிக்கையை (தோற்றத்தை) சார்ந்து இருக்கிறது. மிகப்பெரிய சிலைகளை எழுப்பி கோயில்களை அமைத்த பின்னரும், பக்தர்களால் இறைவன் அங்குதான் இருக்கிறான் எனக் கூற முடியாது போகிறது. அத்வைதம் கோருவதைப் பின்பற்றி ஒருவர் வாழ்தலில் இறைவனை நாடினாலோ வாழ்தலில் இருந்து இறைவன் ஒரு மீனைப் போலத் தப்பித் தப்பிப் போகிறான்.

இறைவனைப் போன்றே அழகும் இன்மைக்கான நுழைவாயில் எனத் தெரிய வரும் போதே நாம் விடுதலை கொள்கிறோம்!

இது ஒரு சின்ன விசயம்தானே?

“மோகமுள்” நாவலில் யமுனாவுக்காக பல ஆண்டுகளாய் காத்திருந்து இளமையை வீணாக்கி தவித்த பின் பாபுவுக்கு இறுதியில் அவள் மீதான இச்சை நிறைவேறுகிறது. அவளுடன் கூடிய பின் அவனுக்குச் சட்டெனத் தோன்றும் “இதுதானா? இதற்காகத்தானா இவ்வளவு ஆண்டுகள் மருகித் தவித்தேன்?” இந்தப் புணர்ச்சி ஒரு புனிதப்பயணத்தின் போது பாபுவும் யமுனாவும் ஒரு விடுதி அறையில் நிகழ்வதாய் தி.ஜா பொருத்தமாய் அமைத்திருப்பார். ஏனென்றால் பெரும் புனித தேடல்களுக்குப் பின்னாலும் நிறைவேறாத காம இச்சை இருக்கிறது.

செக்ஸ் ஒரு மிகச் சின்ன விசயம்தான். ஆனால் அது கிடைக்காமல் போகும் போது அது ஒரு தலைவலியாக நம்மை ஆக்கிரமித்துக் கொள்கிறது. அதைத் தவிர்க்கவே முடியாமல் ஆகிறது. அதை மற்றொரு எரிச்சலாய், உத்வேகமாய், வெறுப்பாய், பல்வேறு நெருக்கடிகளாய் மாற்றும் தேவை ஏற்படுகிறது. நிறைவேறாத இச்சை மனிதனை இரட்டை நாக்கு கொண்டவனாக ஆக்குகிறது. அவன் அடுத்தவர்களின் செக்ஸை கண்காணிக்கத் துவங்குகிறான். ஒழுக்க காவலன் ஆகிறான். அதிகம் சூடாகி பொங்கும் பால் பாத்திரம் போல்

பாசாங்குகளால் நிரம்பி வழிகிறான். ஆனால் செக்ஸ் கிடைத்து விட்டால் அடுத்த நொடியே அவன் அமைதியாகிறான். தெளிவாய் சிரிக்கிறான். குளிர்கிறான். அடுத்த நாள் அவன் மனம் மீண்டும் தவிக்கத் துவங்குகிறது. இதனால்தான் தி.ஜா இதை ஒரு “முள்” என்றார்.

ஒரு ஆரோக்கியமான சமூகத்தில் பல்வேறு அன்றாடத் தேவைகளில் ஒன்றாய் செக்ஸ் பார்க்கப்பட வேண்டும். ஆனால் அப்படி ஒரு சமூகம் எங்குமே இல்லை. திறந்தநிலை செக்ஸ் அனுமதிக்கப்படும் ஐரோப்பிய சமூகங்களில் கூட செக்ஸ் வறட்சி நிலவுகிறது. கைவிடப்பட்டவர்கள் அங்கும் விளிம்பில் கையேந்தி நிற்கிறார்கள்.

இது ஒரு சமூக, கலாச்சார சிக்கல் / பிரச்சனை மட்டுமே அல்ல. மிருகங்களுக்கும், பூச்சிகளுக்கும், எல்லா ஜீவராசிக்கும் இந்தத் தவிப்பு, வறட்சி, ஏக்கம் உண்டென நினைக்கிறேன். ஒரு காரணம் செக்ஸ் என்பது வருங்கால சந்ததியினரின் உருவாக்கத்துடன் சம்பந்தப்பட்டது. அதனால் அதில் தேர்வு முக்கியமாகிறது. தேர்வினால் போட்டி வருகிறது. போட்டியில் எப்போதுமே சிலர் தோற்கிறார்கள். அவர்கள் அரைவயிற்றுடன் அலைகிறார்கள். அதனால்தான் மனித சமூகம் நாகரிகமடையத் துவங்கியதும் பாலியல் ஒரு தொழிலாக மாற்றப்பட்டது. அது போட்டியில் தோற்கிறவர்களின் ஒரு தற்காலிக சரணாகதி ஆகிறது. செக்ஸின் ஒரு ஆதாரப் பிரச்சனை அதில் சமத்துவத்திற்கு இடமே இல்லை. அன்புக்கும் செக்ஸுக்கும் கூட சம்பந்தமில்லை. செக்ஸின் சாயல் அன்புக்கு ஏற்படலாம். ஆனால் இரண்டும் வேறு வேறு. இந்தக் காரணத்தால்தான் திருமண உறவுகளை மீறிய பிறழ்வுகள் தொடர்ந்து நடக்கின்றன. ஒருவரை நேசிக்கிறோம். மற்றொருவருக்காக ஏங்குகிறோம். ரெண்டும் உண்மையான உணர்வுகள்தாம். செக்ஸ் நம்மிடம் இல்லாத ஒன்றிற்கான நாட்டம். அன்பு நம்மிடம் இருப்பதைப் பகிர்வதற்கான நாட்டம்.

ப்ரியா தம்பி குமுதம் லைப் இதழில் எழுதி வரும் “மாயநதி” தொடரின் நவம்பர் முதல் வார கட்டுரையில் மேற்சொன்ன

பிரச்சனையைப் பற்றித் துணிச்சலாய்ப் பேசுகிறார். ஒரே சமயம் ஒழுக்கவாதம் போதித்துக் கொண்டே முறைகேடான உறவுகளுக்குள் இருக்கும் மனிதர்களைச் சித்தரிக்கிறார். சமூகத்தில் இதுபோன்ற பிறழ்வுகளை நாம் சுலபத்தில் புரிந்து கொள்கிறோம். “பாவம், அவர்களுக்கு ஏதோ தேவை” என மனதுக்குள் நினைக்கிறோம். ஆனால் உரையாடலில் அவ்விசயம் வரும்போது சம்பந்தப்பட்ட ஆணையோ பெண்ணையோ பழிக்கிறோம். அதாவது செக்ஸ் ஒரு அவசியமான பசி, அதை எப்படியும் நிறைவேற்றியே ஆகவேண்டும் என நம் மனம் அறிகிறது. ஆனால் அறிவு மறுக்கிறது. இதுதான் நம் சமூகத்தின் பிரச்சனை. இந்த முடிச்சை தான் ப்ரியா தொடுகிறார். இக்கட்டுரையில் ஒரு வீட்டு வேலை செய்யும் பெண் வருகிறார். திருமணமான அவரின் கணவர் ஒரு விபத்தில் படுத்த படுக்கையாய் இருக்கிறார். அவர் தன் கணவனுக்கு உதவ வரும் ஒரு ஆளுடன் தகாத உறவு வைத்திருக்கிறார். அதே நேரம் இப்பெண் பிற பெண்களின் ஒழுக்கத்தை மதிப்பிட்டு தீர்ப்பு சொல்பவராகவும் இருக்கிறார். தன் கணவனிடம் அன்பும் விசுவாசமும் கொண்டிருப்பதாகவும், தன் தகாத உறவு ஒருவித காதல் என்றும் நியாயப்படுத்துகிறார். ஊரில் இதேபோல் பாசாங்காய் வாழ்ந்த மற்றொரு பெண்ணைப் பற்றியும் ப்ரியா பேசுகிறார். தகாத உறவின் குற்றவுணர்வு இவர்களை எப்படி ஒழுக்கக் காவலர்களாய் இருக்கத் தூண்டுகிறது, இரட்டை வாழ்க்கையை எப்படி சுலபமாய் வாழப் பழகிக் கொள்கிறார்கள் எனக் கட்டுரை விவாதிக்கிறது.

கட்டுரையில் என்னைக் கவர்ந்த மற்றொரு விசயம் செக்ஸ் நிறைவேறாத ஆண்கள் எப்படி வெளியில் சந்திக்கும் பெண்களை சாதாரணமாய் எதிர்கொள்ள முடியாமல் போகிறது எனும் பிரச்சனை. ஒன்று இந்த ஆண்களின் கண்கள் பெண் மார்புகளை மொய்க்கிறது. அதை அவர்களால் தவிர்க்க முடிவதில்லை. அல்லது உடல் மொழியில் ஒரு அசௌகரியத்தைக் காட்டுகிறார்கள். பெண்களிடத்து ஒரு நல்ல ஆண் நண்பனாய் இவர்களால் எளிதில் இருக்க முடிவதில்லை.

தமிழ்ப் பெண்ணிய எழுத்தின் மூன்றாம் தலைமுறை என ப்ரியாவைக் குறிப்பிடலாம். அவருக்கு முன்பான தலைமுறையைச் சேர்ந்த பெண் எழுத்தாளர்கள் பலர் இந்தச் சிக்கலைப் பற்றி வெளிப்படையாய் இதுவரை எழுதியதில்லை. அவர்கள் துணிச்சலாய்த் திருமணம் செய்ய மறுத்து தனியாகவோ அல்லது துணையுடனோ வாழ்கிறார்கள். ஆனால் அதைப் பற்றி எழுதுவது அவர்களுக்குச் சுலபமாய் இல்லை. ஏற்கனவே தமது நேர்மையினால் கிடைத்த அவச்சொற்கள் போதும் என ஒதுங்கிவிட்டார்கள். ஆனால், முதன்முறையாய் ஒரு புண்ணை உடைப்பது போல் ப்ரியா இப்பிரச்சனையைத் திறந்து விட்டிருக்கிறார். இனி இது மெல்ல மெல்ல ஆறட்டும்!

பாலினம்

ஓரினக் காதலே நம் காலத்தின் அசலான காதலா?

செக்ஸுக்கும் பால் நாட்டத்துக்கும் ஒரு சின்ன ஆனால் முக்கியமான வித்தியாசம் உள்ளது. ஓரின உறவுக்கு எதிரான சமீபத்திய உச்ச நீதிமன்றத் தீர்ப்பு ஒரு பால் நாட்டமாக நம் சமூகத்தில் ஓரின உறவுக்கு உள்ள முக்கியத்துவத்தைப் புரிந்து கொள்ளவில்லை என்பதே பிரச்சனை. ஓரின உறவு குடும்ப அமைப்புக்கு எதிரானதாக, அதனாலேயே ஒழுங்கீனமாக, பண்பாட்டுக்கு ஊறுவிளைவிப்பதாகப் பார்க்கப்படுவது ஒரு அறியாமையினால் ஏற்படுவதுதான்.

முதலில், ஓரின உறவு இயற்கைக்கு மாறானது அல்ல. பரிணாமவியல் கோட்பாடு படி இயற்கை நமக்குள் தேவையற்ற ஓரின உறவைத் தூண்டுகிற ஒரு மரபணுவை இத்தனை கோடி வருடங்களாய் விட்டு வைக்காது. ஓரின உறவு குழந்தைப்பேறுக்கு எதிரானது என்றால் அதனால் மக்கள் தொகை குறையும்; மற்றும் ஒரு தனிமனிதனின் மரபணு அடுத்த தலைமுறைக்கு கடத்தப்படாது. இது உண்மை என்றால் அப்படியான ஒரு உயிரியல் கூறு ஏன் இன்னும் நம் உடலுக்கு உயிர்ப்பாக இருக்கிறது? ஆக ஓரினச் சேர்க்கை விழைவால் நமக்கு ஒரு

முக்கியமான பயன் உள்ளது. அது என்னவென யோசிப்போம்.

பொதுவாக ஒரு ஆண் ஒரு ஆணருகே இருப்பதை விட பெண்ணருகே இருக்கத்தான் விரும்புவான் என அறிவோம். நியூட்டனின் ஒப்புமை கோட்பாடு பற்றின விளக்கமே பெண்ணருகே இருக்கையில் நேரம் சிட்டாய்ப் போவது குறித்த உதாரணத்தைப் பயன்படுத்துகிறது. சரி, ஆனால் நம் சமூகத்தில் ஏன் ஆண்கள், பெண்கள் தம் பாலினத்தோடு தனித்து இருப்பதற்கான இடங்களை உருவாக்கி வைத்திருக்கிறோம். ஏன் ஒரு வேலைக்காகவோ, பொழுதுபோக்குக்காகவோ கூட்டமாகச் செல்லும்போது தத்தமது பாலினத்தோடுதான் சேர்கிறார்கள்? தாராளவாத பாலுறவை அனுமதிக்கும் அமெரிக்கா, பிரான்ஸ் போன்ற நாடுகள் மட்டுமல்ல ஒழுக்கவியல் அழுத்தங்களை அறியாத பழங்குடிகள் இடையே கூட பெண்கள் பெண்களோடும், ஆண்கள் ஆண்களோடும் தான் கணிசமாக இருக்க விரும்புகிறார்கள். ஆண்களுக்கு மட்டுமேயான வகுப்புகளுக்கு பாடமெடுக்கையில் அங்கு மாணவர்கள் உணரும் சுதந்திரமும் உற்சாகமும் வேறு ஒரு நிலையில் இன்னும் தீவிரமாக இருக்கும். சில பெண்கள் வகுப்பில் இணைந்தாலே ஆண் மாணவர்களின் உடல்மொழி இறுக்கமானதாக அழுத்தங்கொண்டதாக மாறுவதைப் பார்த்திருக்கிறேன். எதிர்பாலினத்தோடு இருப்பதை நாம் ரசிக்கிறோம். அதேவேளை அது ஏற்படுத்தும் கடுமையான அழுத்தம், எதிர்பார்ப்புகளை நம்மால் கொஞ்ச நேரத்துக்கு மேல் தாங்கிக் கொள்ள முடிவதில்லை. அதனாலே நமக்கு நம் பாலினத்தோடு தனித்திருப்பதற்கான காலமும் வெளியும் கணிசமாய்த் தேவைப்படுகிறது.

எதிர்பாலினத்தோடு இருப்பதை விட சகபாலினத்தோடு இருப்பது இன்னும் ஆசுவாசமாக இருக்கிறது தகராறுகள், சச்சரவுகள் குறைகின்றன, சுலபமாக வேலை செய்வது சாத்தியமாகிறது, பரஸ்பரம் இன்னும் சுலபமாக உணர்வுபூர்வமாகப் புரிந்து கொள்ள முடிகிறது. திருமணமான பல ஆண்கள் வீட்டில் இருந்து தப்பிப்பது பற்றி சதா கவலைப்படுவது தன்னால்

முற்றிலும் புரிந்துகொள்ள முடியாத, சமாளிக்க சிரமமான ஒரு மாறுபட்ட பிராணியை வீட்டில் தொடர்ந்து எதிர்கொள்வதில் உள்ள நெருக்கடி காரணமாகத்தான். ஆண்கள் டாஸ்மாக்கில் அடைக்கலம் தேடினால் பெண்கள் வேலையிடங்களை நாடிச் சென்று தப்பிக்கிறார்கள்.

ஆண்களுக்கு ஆண்கள் மீது வரும் வெறுப்புக்கு பெண் விருப்பம் சார்ந்த போட்டி உணர்வுதான் முதல் காரணம். அடுத்தது அதிகாரமும், படிநிலைப் போட்டியும். யார் யாருக்கு அடங்கிப் போவது என ஒரு புரிந்துணர்வு வந்ததும் ஆண்கள் கூட்டத்தில் இயல்பாகவே ஓர் அமைதி வந்து விடும். விடுதலைப்புலிகள் போன்ற இயக்கத்தில் திருமணமும், காதலும் ஆரம்பத்தில் தடைசெய்யப்பட்டதற்கு இது ஒரு காரணமாக இருக்கலாம். ஆனால் பெண்கள் மட்டுமே இருக்கும் வேலையிடங்களில் அல்லது அமைப்புகளில் மிக எளிதாக மனஸ்தாபங்களும், வெறுப்பும், கோபமும் மேலிடுகின்றன. பெண்களோடு சேர்ந்து வேலை செய்ய முடியாது என பெண்களே வெளிப்படையாக ஒப்புக்கொள்வார்கள். இதற்கு முக்கிய காரணம் பெண்கள் மற்றொரு பெண்ணைப் பாலுறவுக்கான போட்டியாக ஆழ்மனதில் கருதுவதுதான். அல்லது ஒரு பெண் தான் எங்கு வேலை செய்தாலும் அதை தன் குடும்பத்தின் நீட்சியாகப் பார்க்கிறாள். ஒரு அலுவலகத்தில் பெண் மேலாளராக இருந்தால் அதை ஒரு கணவனில்லாத குடும்பமாகக் கருதி மிகுந்த அதிகாரமும் கட்டுப்பாடும் செலுத்தி நிர்வகிக்க முயல்கிறாள். சதா பதற்றம் மிக்கவளாக இருக்கிறாள். பெண் விடுதலை என்றால் ஆணிடம் இருந்து விடுபடுவதல்ல; குடும்பத்தில் இருந்து தப்பிப்பது. இந்த அர்த்தத்தில் நன்றாகப் படித்த, ஆணை சார்ந்திருக்காத பெண் கூட மனதளவில் ஒரு குடும்பப் பெண்ணாகவே எங்கு போனாலும் இருப்பாள்.

சரி ஆண்கள் இணைந்து சுலபமாகப் பணியாற்றுவதுபோல் ஏன் பெண்களுக்கு இயலுவது இல்லை? இதற்குப் பொதுவாக சொல்லப்படும் காரணம் வரலாறு நெடுக ஆண்கள் வெளிவேலைகளில் குழுவாகச் செயல்பட்டும் பெண்கள்

குடும்பத்துக்குள் மட்டும் இயங்கியும் வந்திருக்கிறார்கள், பழகி விட்டது என்பது. ஆனால் இது முழுக்க உண்மை அல்ல. இணைந்து சுமுகமாக மகிழ்ச்சியாகச் செயல்படும் பெண்களையும் பார்க்கிறோம். எப்படி செக்ஸ் உணர்வு ஒரு குடும்பப் பொறுப்பாக பரிணமித்து பெண்களிடம் பொறாமையையும் வெறுப்பையும் தூண்டுகிறதோ, இதே செக்ஸ் உணர்வு அவர்களைக் குழுவாக இனிது இயங்கவும் உதவக் கூடும். ஆனால் சகபாலினத்தோர் மீதானதாக அப்போது அது இருக்கக் கூடும்.

மிகச்சிறந்த, நெருக்கமான நண்பர்களிடம் ஒரு பண்பைப் பார்க்கலாம். ஒருவர் சற்று அடங்கி, அமைதியாக இருப்பார்; இன்னொருவர் ஆதிக்கம் செலுத்தும், ஆவேசமானவராக இருப்பார். பொதுவாக இந்த வேதியியல் மிக நுணுக்கமாக கண்ணுக்குத் தெரியாதபடி செயல்படும். இருவரும் ஆண்மை மிக்கவராக அல்லது பெண்மை அதிகமானவளாக தம்மைக் காட்டிக் கொள்வர். ஆனால் சிற்சில சூழ்நிலைகளில் பரஸ்பரம் அடங்கியும் ஏற்றும் நடந்துகொள்வர் இந்த உறவில் தராசு எப்போதும் ஒரு பக்கம் சாய்ந்தும் உயர்ந்துமே இருக்கும். சிறந்த தோழிகளில் ஒருவர் ஆண்மை மிக்கவராகவும் ஒருவர் பெண்மை மிக்கவராகவும் இருப்பார். இரண்டு பெண்மை மிக்க பெண்களாலோ அல்லது ஆண்மை மிக்க ஆண்களாலோ நல்ல நண்பர்களாக இருப்பது மிக மிகச் சிரமம்.

பொதுவாக இன்று நிர்வாகவியலிலும் உளவியலிலும் வலுவாக உருவாகி வருகிற ஒரு கருத்து, பெண்களால் நல்ல மேலாளர்களாக இருக்க முடியாது, அவர்கள் தமக்குக் கீழுள்ள ஆண்களைக் கடும் நெருக்கடிக்கும், வதைக்கும் உள்ளாக்குகிறார்கள் என்பது. ஆனால் ஒரு ஆண்மை மிகுந்த, ஆண்கள் மத்தியில் மட்டுமே தம்மை சகஜமாக உணரும் பெண்ணால் *(tomboy)* பெண்மை மிகுந்த, உள்ளூர ஆண்கள் பால் விருப்பமும், அச்சமும் கொண்ட சம்பிரதாயப் பெண்ணை விட நல்ல மேலாளராக முடியும்.

இங்கு இரண்டு விஷயங்கள் தெளிவாகின்றன. ஒன்று, செக்ஸை

நாம் உடலுறவு மற்றும் சந்ததி உருவாக்கம் சம்பந்தப்பட்ட ஒன்றாக மட்டும் பார்க்கக் கூடாது. இரண்டு, ஓரின விழைவுக்கு இன்றைய வேலையிடங்களில் ஒரு முக்கியத்துவம் உள்ளது. சம்பிரதாயமான பெண்களை விட லெஸ்பியன் உணர்வு கொண்ட பெண்கள் இன்னும் மகிழ்ச்சியாக இணைந்து பணியாற்ற முடியும். இந்த உணர்வு நேரடியாகவோ மறைமுகமாகவோ இருக்கலாம்.

நாம் பாலியல் ரீதியாக விரும்புகிற அல்லது ஈர்க்கப்படுகிற அத்தனை பேரையும் படுக்கைக்கு அழைக்க நாம் விரும்புவதில்லை. ஒருவருடன் உடலுறவு கொண்டு பந்தத்தை உருவாக்குவது ஒரு இன்ஷுரன்ஸ் பாலிஸி எடுப்பதற்குச் சமம். அது கணிசமான பணத்தை, ஆற்றலை, நேரத்தைக் கோருகிற ஒன்று. ஆனால் நாம் படுக்கைக்கு அழைக்காத அதேவேளை ஈர்க்கப்படுகிற நபர்களுடன் இருப்பதும் இணைந்து வேலை செய்வதும் மன அமைதியும் மகிழ்ச்சியும் தருவதாக இருக்கிறது. ஆக செக்ஸ் என்பது 90% உடலுறவுக்கானது அல்ல; இன்று செக்ஸ் சார்ந்த உடலுறவற்ற உறவுகள் நம் சமூக உறவாடலில் ஒரு முக்கியமான பங்கை ஆற்றுகின்றன.

அதாவது உடலுறவை ஒரு ஜிலேபி என்று நினைத்தால் நீங்கள் அதை மிகக் குறைவாகத்தான் எடுத்துக்கொள்ள முடியும். ஆனால் நாம் நாள் முழுக்க சாப்பிடும் உணவு மற்றும் மருந்துகளில் இனிப்பு வெவ்வேறு வடிவங்களில் இருந்து கொண்டுதான் இருக்கிறது. செக்ஸ் விழைவு நம் மொழியில், உரையாடல்களில், மீடியா பிம்பங்களில், இறைநாட்டத்தில், குழந்தை மீதான பிரியத்தில், கட்டிட அமைப்பில், வன்முறையில் எங்கும் பரவலாக நுணுக்கமாக இருந்துகொண்டுதான் இருக்கிறது. இன்றைய நேரடியான ஆண் பெண் உடல் வழியாக அன்றி இவ்வாறுதான் செக்ஸ் இனிப்பை நுகர விரும்புகிறோம்.

மனித குல வளர்ச்சி வெற்றிகரமான கூட்டுச் செயல்பாடுகளால் ஏற்பட்டது. நம் வகுப்புகளில் இருந்து வேலை செய்யும் இடங்கள் வரை மனிதர்களோடு எப்படி சரியாக இணைந்து செயல்படுவது என்பது குறித்தே மீள மீள அக்கறையாகச்

சொல்லித்தருகிறார்கள். கூட்டுசெயல்பாட்டின் எஞ்ஜின் ஆயில் செக்ஸ்தான். ஆண்கள் இத்தனை காலமாய் விவசாயத்தில் வணிகத்தில், போர்களில், கட்டுமானப் பணிகளில் கூட்டாக இயங்கி வந்திருக்கிறார்கள். இதை சாத்தியமாக்கியது ஆண்களுக்கு இடையிலான ஓரினப் பாலுணர்வுதான் என ஒரு பரிணாமவியல் கோட்பாடு உணடு.

உறவுகளைத் தீர்மானிப்பதில் உடலுக்கு ஒரு முக்கியப் பங்குள்ளது. ஏன் சிலபேரைப் பார்த்ததும் பிடிக்கிறது, சிலரைக் கண்டதும் வெறுக்கிறோம்? அவர்களின் முகத்தோற்றம், பாவனை, உடல்மொழி, நிறம், குரல் இவையெல்லாம் ஒட்டுமொத்தமாகத் தனியாகவோ ஒரு ஒவ்வாமையை நமக்குள் ஏற்படுத்துகின்றன. அலுவலகத்தில் நமக்குப் பல விநோதமான எதிரிகள் தோன்றுவது இதனால் தான். மனம்தான் உறவைத் தீர்மானிக்கிறது என்றால் நாம் கிட்டத்தட்ட யாரையும் வெறுக்க மாட்டோம். மனத்தளவில் நாம் கிட்டத்தட்ட ஒன்றுதான். மேலும் சுவாரஸ்யமாக உடலளவில் பிடித்துப் போகிற ஒருவரைத் தான் அணுகி மனதளவில் அறிய முயல்கிறோம். இப்படித்தான் நட்புகள் ஆரம்பிக்கின்றன. உதாரணமாக, மனதளவில் பெண்மை ஒத்த நளினமும் மென்மையும் கொண்ட ஒரு ஆணுக்கு முற்றிலும் மாறுபட்ட முறுக்கான முரட்டுத்தனமான ஒரு ஆணைக் கண்டதும் நல்ல அபிப்ராயம் ஏற்படலாம். அவருக்குத் தன்னுடைய இயல்பான பெண்மை மீது கூச்சமும் வெறுப்பும் உண்டென்றால் தன்னை ஒத்த பெண்மையான ஆணைக் கண்டால் பரம விரோதியாக பாவிக்கவோ விலகிச் செல்லவோ நேரலாம். இதன் பொருள் நெருக்கமான நண்பர்கள் ஹோமோ என்றல்ல. இவர்களின் உறவாடலில் ஓரின விழைவின் ஒரு சிறு கூறு உள்ளது என்பதே என் கருத்து.

பாலியல் இயங்கியல் முரண்பாட்டை அடிப்படையாகக் கொண்டது. இரு ஆண்கள் ஈர்க்கப்படும் போதும் அவர்கள் தம்மிடையே ஆண்மையும் பெண்மையும் வெவ்வேறு அளவுகளில் கொண்டவர்களாக இருக்கிறார்கள். சரி, இது

உண்மையென்றால் பெண்கள் இடையே அவஸ்தைப்படும் ஆணும், ஆண்கள் இடையே அசௌகரியமாக உணரும் பெண்கள் ஏன் இருக்கிறார்கள்? இதுதான் இங்கு மிக முக்கியமான கேள்வி. ஆண் பெண் உறவாடலில் உள்ள சிக்கல் குழந்தைப்பேறுதான். குழந்தைப்பேறு உடமை, அதிகாரம் குறித்த கேள்விகளை எழுப்புகிறது. உறவை இறுக்கமானதாக சட்டதிட்டங்களுக்கு நிபந்தனைகளுக்கு உட்பட்டதாக ஆக்குகிறது. இரு காதலர்கள் ஒரே அலுவலகத்தில் வேலை பார்ப்பதை அனுமதிக்கும் நாம் கணவன் மனைவி ஒரே இடத்தில் வேலை பார்க்கையில் அதை எளிதில் ஏற்பதில்லை. காரணம் அவர்கள் நிர்வாகம் எனும் அமைப்புக்குள் இன்னொரு தனி அமைப்பாக இயங்குகிறார்கள். ஆனால் ஓரினச் சேர்க்கையின் முக்கிய குறையாகக் கருதப்படுகிற குழந்தையின்மையே இங்கு ஒரு சுதந்திரத்தை, இறுக்கமின்மையை, லகுத்தன்மையைக் கொண்டு வருகிறது. அதனாலேயே தாம்பத்ய பந்தம் போல் சிக்கலானதாக நட்பு இருப்பதில்லை. நண்பர்களிடையே அடிக்கடி சச்சரவுகள், வன்முறை, கொலை இதெல்லாம் அன்பின் பெயரில் நடப்பதில்லை. ஆனால் காதலுக்கு இணையான தீவிரத்தன்மையும் அணுக்கமும் நட்பிலும் உருவாகிறது இதற்குக் காரணமும் கண்ணுக்கு தெரியாத ஓரின விழைவின் வேதியியல்தான்.

இங்கு நாம் இரண்டாவது முடிவுக்கு வரலாம். உறவாடலை குடும்பம் சார்ந்ததாக மட்டும் யோசிக்கும் பாணியை நாம் கைவிட வேண்டிய வேளை வந்து விட்டது. இன்று வேலை மற்றும் வேறு நாட்டங்களுக்காக எண்ணற்ற பரிச்சயமற்ற பேர்களுடன் உரையாடவும், சேர்ந்து இயங்கவுமான சாத்தியங்கள் தகவல் தொடர்பு மற்றும் போக்குவரத்து வசதிகளால் ஏற்பட்டுள்ளன. இன்றைய யுகத்தில் கண்ணுக்குத் தெரியாத அந்நியர்களுடனான உரையாடலும், பரஸ்பர புரிந்துணர்வும் சமூக வளர்ச்சிக்கு மிக முக்கியமானதாகக் கருதப்படுகின்றன. மென்திறன் பயிற்சி என்ற பெயரில் குழந்தைகளுக்கு கல்லூரிகளிலும், அணி செயல்பாடு என்ற பெயரில் நிறுவனங்களிலும் இதற்குத்தான் பயிற்சி அளித்து அழுத்தம் கொடுக்கிறார்கள். ஒரு காலத்தில்

குடும்ப உறவு சார்ந்த சாதிய பந்தங்கள் வழியாகத்தான் நாம் வேலைகளை அடைந்தோம், வணிகம் செய்தோம். இன்று உலகம் விரிந்து வரும் நிலையில் உறவுகளுக்கு முற்றிலும் மாறுபட்ட ஒரு பரிமாணம் கிடைத்துள்ளது. தினசரி புது நபர்களைச் சந்திப்பதும், வலைத்தொடர்புகளை உருவாக்குவதும் வாழ்வில் நம் வெற்றியைத் தீர்மானிக்கிற காரணிகளாக இருக்கின்றன.

சமூக வளர்ச்சி என்பது குடும்பம், மகப்பேறு போன்ற சிறுவட்டங்களைத் தாண்டிச் சென்றுவிட்டது. இதற்கு மற்றொரு உதாரணம் இன்று உலகு முழுக்க கணிசமாகக் குறைந்து வரும் உடலுறவும், மகப்பேறும். கடந்த வருடத்தில் மட்டும் இந்தியாவில் மலட்டுத்தன்மையின் அளவு 30 சதவீதம் அதிகரித்துள்ளது. இந்திய தம்பதியினரிடையே உடலுறவில் ஆர்வம் இழப்பு குறித்த இந்தியா டுடே கட்டுரையில் ஒரு சுவாரஸ்யமான அவதானிப்பு வருகிறது. உடலுறவு இன்மைக்கும் பொருளாதார முன்னேற்றத்திற்கும் முக்கிய தொடர்பு இருப்பதாக கட்டுரை கூறுகிறது. மனிதர்கள் சமூக பொருளாதார ரீதியாக பெரும் முன்னேற்றங்கள் அடைகையில் செக்ஸை மகப்பேறுக்கான ஒரு சம்பிரதாயமாக எண்ணாமல் ஒரு பொழுதுபோக்கு கேளிக்கையாக மாற்ற விழைகிறார்கள். இந்த செக்ஸ் கேளிக்கையைப் படுக்கையறை வழியாக அன்றி வேறு பல கலாச்சாரப் பொழுதுபோக்குகள், விருப்ப நிறைவேற்றல்கள் வழி அடையவே விரும்புகிறார்கள். உதாரணமாக ஒரு ஸ்போர்ட்ஸ் கார் வாங்குவது மிக அழகான பெண்ணைப் புணர்வதை விட கிளர்ச்சியானதாக கிளுகிளுப்பானதாக இன்று பார்க்கப்படுகிறது.

இன்று இந்தியாவில் செக்ஸ் உறவு கொள்ளாத தம்பதியினர் அதிகமாகி வருகிற தகவலும் நமக்குத் தெரியும். பிரம்மச்சரிய தம்பதியினர் என இவர்களுக்கு என்று ஒரு பெயரே உள்ளது. இன்றைய தம்பதியினர் ஒன்று செக்ஸ் வைத்துக்கொள்வதில்லை அல்லது குழந்தைப்பேறை வெகுவாகத் தள்ளிப் போடுகிறார்கள். காரணங்கள் நேரமின்மை, களைப்பு, ஆர்வமிழப்பு, தகவல் தொடர்பின் பெருக்கம் எனப் பலவாறு கருதப்பட்டாலும், இவை வெறும் சப்பைக்கட்டு தான். முக்கியமான காரணம்

இரண்டும் அவசியம் அல்ல என்கிற எண்ணம் சமகாலத்தில் வலுப்பெற்று வருகிறது.

கணிசமான ஜோடிகள் திருமணம் செய்து பெயருக்கு வாழ்ந்து கொண்டிருக்கிறார்களே அன்றி உடலுறவு, சந்ததி நீட்டிப்பு என்கிற நோக்கத்தில் இருந்து குடும்ப அமைப்பு வெகுவாக விலகிப் போய்க்கொண்டிருக்கிறது. குடும்ப அமைப்பு அடிப்படையில் குறுகுதலை வேண்டுவது. ஆசைகளை, விருப்பங்களை, செக்ஸை குறுக்கி ஆற்றலை மொத்தமாக உறவுகளின் பேரில் செலவழிப்பது. ஆனால் இன்றைய காலகட்டம் நம்மை ஒரு சப்பாத்தியைப் பரத்துவதுபோல முழுக்க விரித்துக்கொள்ளக் கேட்கிறது. வேலை செய்வது, தொடர்ச்சியாகப் பயணிப்பது, குலம் கோத்திரம் கடந்த உறவுகளை உருவாக்குவது, பணம் சம்பாதிப்பது, பொருட்களை வாங்கிக் குவிப்பது, அதிகாரத்தை அடைவது, அது குறித்த கனவுகளில் மூழ்குவது, தீரத்தீர ஆசைகளைத் தேடித்தேடி நிறைவேற்றுவது, கட்டற்ற இன்பத்தைத் தேடுவது என இன்றைய காலத்தின் போக்கு குடும்பம் எனும் குவிமையத்தில் இருந்து சிதறிப் போவது. காலத்தின் திசையை நாம் மாற்ற முடியாது. எதிர்கால மனிதன் செக்ஸ் அற்றவனாகக் கூட இருக்கலாம். அவனுக்கு ஓரின உறவுகளே அதிக சௌகரியமாகக் கூட இருக்கலாம். இந்த முடிவை நோக்கிய பண்பாட்டு அசைவுகளை தாம் இப்போது கண்டு வருகிறோம். இதைப் புரிந்து கொள்ளாதவர்களே இயற்கையான செக்ஸ் குறித்தும், குடும்பத்தின் பவித்திர தன்மை பற்றியும் ஓரின சேர்க்கைக்கு எதிராக ஜல்லியடித்துக் கொண்டிருக்கிறார்கள்.

உடலுறவும், குழந்தைப்பேறும் குறைவதற்கான காரணம் மனிதனின் அக்கறை இதைக் கடந்து போய் விட்டது என்பதே. இது ஒரு சமூக பொருளாதாரம் சார்ந்த பண்பாட்டு சுழல். இந்தச் சுழலில் சிக்கி புலன்வழி உலகை மேலும் மேலும் அறிவதற்கான விருப்பம் இன்றைய மனிதனுக்கு மிக அதிகமாகி உள்ளது. செக்ஸ் இன்றியே குழந்தைப்பேறு இன்று சாத்தியமாகி பரவலாகி வருவதும் இன்னொரு காரணம். ஒரு பண்பாட்டுப் போக்கு மனித குலத்தின் உள்ளார்ந்த இச்சை, சமூக

பொருளாதார வீச்சை அடிப்படையாகக் கொண்டது. ஓரினச் சேர்க்கையை எதிர்க்கும் வலதுசாரிகள் இதே கோளாறான அணுகுமுறையைத்தான் நவீன முன்னேற்றங்கள் மற்றும் விழுமியங்களுக்கு எதிராக வைக்கிறார்கள். நாம் காலத்துக்குள் இருக்கிறோம், காலத்தில் இருந்தபடியே காலத்தை மாற்ற நினைப்பது காருக்குள் இருந்தபடியே காரைத் தள்ளுவதைப் போன்றது என அவர்கள் புரிந்துகொள்வதில்லை. ராமர் ஆட்சியை, காமராஜர் ஆட்சியை வேண்டுவோர்தான் ஓரினச் சேர்க்கையையும் எதிர்க்கிறார்கள்.

மனிதர்கள் பண்படாத வனவாசிகளாக இருந்த காலத்தில் கூட்டாக ஆண்கள் வேட்டையாடவும் போரிடவும் ஒரு இணைப்புப் பாலமாக ஓரின ஈடுபாடு இருந்திருக்கலாம். ஆனால் பின்னர் மனிதர்களை எந்திரம் போல் வேலை வாங்கி உபரி மதிப்பு பணமாக சொத்தாக மாற்றும் இறுக்கமான நிலப்பிரபுத்துவ அமைப்பு உருவானதும் உடல் சொத்தின் நீட்சியாக பார்க்கும் போக்கு உருவானது. செக்ஸ் அளக்கப்பட்டு கறாராகப் பரிந்துரைக்கப்பட்டது. படிநிலையைத் தக்க வைக்கும் பொருட்டு குடும்பத்துக்கு மிகுதியான முக்கியத்துவம் அளிக்கப்பட்டது. அதனாலேயே செக்ஸில் ஆண்—பெண்ணுக்கு இடையிலானது மட்டுமே சரியானது, உத்தமமானது என வலியுறுத்தப்பட்டது. சுயபுணர்வு, வயதில் குறைந்தவர்கள், மூத்தவர்கள், ஒருபாலினத்தவர் மீதான இச்சைகள் ஒடுக்கப்பட்டன. இன்று மீண்டும் எதேச்சையாக வரலாற்றில் ஒரு உடைப்பு நேர்ந்திருக்கிறது. உலகுதழுவிய உரையாடலை நோக்கியும், இனம் கடந்த பண்பாட்டுப் பகிர்தல்கள் நோக்கியும் உலகம் விரையும் இவ்வேளையில் குழந்தைப்பேறு கடந்த ஒரு செக்ஸ் உறவாடலுக்கான தேவை கனிந்துள்ளது.

இருபால் உறவு எப்படி கடந்த காலத்துக்கான மார்க்கமோ ஓரினச்சேர்க்கை இக்காலத்து உறவாடலுக்கு உதவுகிற ஒன்று என நாம் புரிந்துகொள்ளும் அவசியமும் எழுந்துள்ளது. நாம் இன்னொரு காலத்தை நோக்கிப் போய்க் கொண்டிருக்கிறோம். அதை உணராதவர்கள்தாம் இயற்கைக்கு மாறானவர்கள்.

அறிவுரைகள்

காதலர்களுக்கு 10 பதிந்துரைகள்

எச்சரிக்கை: இது ஆண்களுக்கான கட்டுரை!

காதலிப்பவர்களுக்கு இத்தகைய சேதிகளையெல்லாம் படிக்க நேரமிருக்காது எனத் தெரிந்தேதான் இதை எழுதிகிறேன்:

1) இது மிக முக்கியமானது என்பதாலே முதலில் சொல்கிறேன் - அழகிகளை ரசியுங்கள், ஆனால் காதலிக்காதீர்கள். காதலுக்கு முதன்மையான விரோதி அழகுதான். ஏனென்றால் அழகு ஒரு சமநிலையின்மையை ஏற்படுத்தி உங்களை நேசத்துக்காக பிச்சையெடுக்க வைக்கும். பிச்சைக்காரர்கள் ஒருநாளும் காதலர்கள் ஆக முடியாது.

அடுத்து, அவளது அழகிய தோற்றம் அவளை அறிய விடாமல் உங்களைத் தடுக்கும், அவளுக்கு அகந்தையை அளிக்கும், அந்த அகந்தையை நீங்கள் சதா கெஞ்சியும் கொஞ்சியும் பலமடங்காக பெருக்குவீர்கள். இப்போது அப்பெண் உங்களை நேசிக்காமல் நீங்கள் நேசிக்கும் தன்னை நேசிக்கத் தொடங்குவாள். பிறகு உங்கள் காதலை யாருமே காப்பாற்ற முடியாது. Dialogues நூலில் சாக்ரடீஸ் ஒரு இளைஞருக்கு அளிக்கும் அடிப்படையான அறிவுரை நீ யாரைக் காதலிக்கிறாயோ அவரை ஒருபோதும்

மிதமிஞ்சிப் புகழாதே என்பது. ஆனால் இதெல்லாம் சொல்ல எளிது - ஒரு பேரழகி நம் முன் வந்தால் எல்லாத் தீர்மானங்களும் தலைகீழாகக் கவிழ்ந்து விடும்.

அழகு என்பது உடல் வேட்கையைத் தீர்ப்பதற்கான ஒரு தோரணவாயில். ஒரு பெண்ணை நீங்கள் அடைந்ததும் அவள் மீது ஆர்வம் இழக்கும்படியே இயற்கை உங்களைப் படைத்திருக்கிறது; அதனாலே அழகு போகப் போகக் குறைகிறது; அழகு அப்படிக் குறைய முடியாது அல்லவா, ஆனால் நமக்கு அப்படித் தோன்றும் வரை இயற்கை ஹார்மோன்களைச் சுரக்கச் செய்கிறது. அது நம் பார்வையை மழுங்கடிக்கிறது. ஆனால் காதல் அழகினால் தூண்டப்படும் என்றாலும் அது அழகில் உருவெடுப்பதில்லை. அதற்கு அழகு அவசியமும் அல்ல.

காதல் மொழிவயப்பட்டது. அது பேச்சில் வளர்ந்து உடல் இணக்கத்தில் தீவிரம் கொள்வது.

2) காதலிக்கும் போது அந்த உறவாடலைத் தவிர வேறெதுவும் முக்கியமல்ல. காதலியை மகிழ்ச்சியாக்குவது உங்களுக்கு அது மகிழ்ச்சி தரும் பொருட்டு மட்டுமே நிகழ வேண்டும். தியாகத்துக்குக் காதலில் எந்த இடமும் இல்லை. உங்கள் காதலிக்காக நீங்கள் சொந்தப் பணத்தை ஏராளமாகச் செலவழிக்க அவசியம் இல்லை; அவளுக்காக யாரையும் விட்டுத் தர அவசியமில்லை. அவளும் உங்களுக்காகத் தனக்குப் பிடிக்காத எதையும் செய்ய வேண்டியதில்லை. அப்படிச் செய்தால் அது காதலுக்கே பாதகமாகும்.

நீங்கள் தியாகம் பண்ணும்போது காதலில் ஒரு ஏற்றத்தாழ்வு வந்துவிடுகிறது. நீங்கள் எதையோ ஒன்றை விட்டுக் கொடுத்து அந்தத் தன்னுணர்வுடனே இருக்கிறீர்கள் எனில் அதற்காக காதலியோ காதலனோ உங்களிடம் கடன்பட்டிருக்க வேண்டும் என எதிர்பார்ப்பீர்கள். இது கசப்பையும் ஏமாற்றத்தையும் கொண்டு வரும்.

3) எப்போதும் காதலி கேட்பதை உடனே செய்து தராமல்

முடியாது என மறுக்கப் பழகுங்கள். அவள் உங்கள் சேவைகளை எளிதாக சாதாரணமாக எடுத்துக் கொள்ள அனுமதிக்காதீர்கள். நீங்கள் உங்கள் செயலாலே மதிப்பிடப்படுவீர்கள். கேட்கிறதை எல்லாம் எடுத்துக் கொடுக்கும் ஆள் நீங்கள் எனில் நீங்கள் மலிவான ஒரு நபர் எனும் மதிப்பீடு சுலபத்தில் அவளுக்கு வந்து விடும். (காதலிகளுக்கும் இது பொருந்தும்.) காதலில் "முடியாது" எனும் சொல் இனிமையானது; அதைச் சரியான படி பல சந்தர்ப்பங்களில் பயன்படுத்தக் கற்றுக்கொள்ளுங்கள்.

4) சும்மா பாராட்டிக் கொண்டு மட்டும் இராமல் குறைகூறக் கற்றுக் கொள்ளுங்கள். காதலியிடம் குறைகாணும்போதே அவளுக்கு உங்கள் மீதான அக்கறையும் பிரியமும் பலமடங்காகிறது. ஆனால் எல்லாவற்றுக்கும் குறை காண வேண்டாம். பெரிய விசயங்களைப் பாராட்டுங்கள், ஆனால் சின்னச் சின்ன செய்கைகளில் விமர்சனம் வையுங்கள், அதை தர்க்கரீதியாக கண்ணியமாக அல்லாமல் கோபாவேசமாகச் செய்யுங்கள். உணர்ச்சியின் மொழியில் வெளிப்படும் குற்றஞ்சாட்டல்கள் அழகிய காதல் தருணங்களாக பரிணமிக்க வாய்ப்பு அதிகம். அவள் அணிந்து வரும் நளினமான ஆடையைப் பொதுவாகப் பாராட்டுங்கள், ஆனால் ஒரு சின்னக் குறையைச் சுட்டி அதற்காகக் கோபத்துடன் கடிந்துகொள்ளுங்கள். அவளுக்குச் சற்று வருத்தம் ஏற்பட்டு கண்ணில் நீர் வரும்படிக்கு. அடுத்து அவளாகவே உங்களைச் சமாதானப்படுத்துவாள். ஆமாம், நீங்கள் அவளைச் சமாதானப்படுத்தினால் அது சரணாகதி. அவளாகவே உங்களை ஆறுதல்படுத்தினால் அங்கு காதல் தேன் சொட்டும்; அங்கு அவள் தன் அழகை உங்களிடத்து பரிபூரணமாக உணர்வாள். அங்கு அவள் உங்கள் அன்பை, அவள் மீதான அர்ப்பணிப்பை மறைமுகமாய் தன்னுடைய ஆறுதல்மொழி வழியாக அறிவாள். "எனக்காக எவ்வளவு கோபப்படுகிறான் பார்" என அபத்தமாக ஆனால் அழகாக உங்கள் காதலி நினைப்பாள்.

அதனால் கோபப்படுங்கள். உங்களுக்காக அவள் பிரியாணி செய்து பரிமாறினால் அதை முழுமையாகப் பாராட்டாதீர்கள். அப்படிப் பாராட்டினால் அவளுக்கு அது ஒருவிதக் கசப்பை

தரும். அவள் என்ன முனியாண்டி விலாஸ் சர்வரா "பிரியாணி பிரமாதம்" எனச் சொல்லி டிப்ஸ் தருவதற்கு. அவளுக்கு அது பிரியாணி மட்டுமல்ல, தன்னுடைய இச்சை திளைக்கும் தேகத்தின் நீட்சி. அவளிடம் "சிறப்பு" எனப் பாராட்டும் போது "இது போதும்" என அவள் மீது, அவளுடல் மீது வைக்கும் ஒரு மதிப்பீடாகிறது. ஆனால், "இது போதாது, இதைவிட நன்றாக நீ செய்திருக்க வேண்டும்" என கோபத்தைக் கொட்டும் போது, அப்போது அவள் மனம் புண்பட்டு கோபத்தில் திரும்ப உங்களிடத்து சீறும்போது, கண்ணீரைக் கொட்டும் போது அவள் மீதான உங்களுடைய இச்சையைச் சுலபத்தில் திருப்திப்படுத்த முடியாது என தன் ஆழ்மனத்தில் உணர்ந்து கொள்கிறாள்.

ஆனால், கவனம்: அவளிடத்து நீங்கள் நேரடியாக அதிருப்தியைக் காட்டினால் அது காதல் முறிவுக்கு இட்டுச் செல்லும்.

ஆகையால் அவளது வேலையில், செய்கைகளில் தொடர்ந்து அதிருப்தியை வெளிப்படுத்துங்கள். அதை ஆவேசமாக உண்மையாகச் செய்யுங்கள். சின்னச் சின்ன விசயங்களால் நீங்கள் ஆழமாகப் புண்படுவதாகக் காட்டுங்கள். அப்போது தனது "கட்டற்ற தன்மையை, தனது எல்லையற்ற அழகை, அள்ளத் தீராத அன்பை இவன் உணர்கிறான்" என அவள் புரிந்துகொள்வாள்.

5) தீர்மானங்கள் இல்லாமல் இருங்கள் - இது உண்மைக் காதல், இது சாஸ்வதமான காதல், இவளிடம் இருந்து அணுவளவும் பிரியாதிருப்பேன் என்றெல்லாம் நினைக்காதீர்கள். ஒவ்வொரு நாளையும் கடைசி நாளாகக் காணுங்கள். அப்போதே காதல் உயிர்ப்புடன் இருக்கும். பெரிய ஏமாற்றங்கள் இன்றி வாழ முடியும்.

6) காதல் எப்போதும் முரண்களுக்குள் வாழ்கிறது - நிதானமாய் கச்சிதமாய் கறாராய் பகுத்தறிவுடன் நேர்த்தியாய் இருப்பவர்களுக்கானது அல்ல காதல். அது ஒரு பொய்யான குமாஸ்தாத்தனமான ஆண்-பெண் உறவை மட்டுமே உருவாக்கும். நீ எனக்குத் தேவையானதைக் கொடு, நான்

உனக்குத் தேவையானதைத் திரும்பத் தருகிறேன் என்பது ஒப்பந்தம், ஒருவித விபச்சாரம். 'நீ உனக்குத் தேவையானதைக் கேள், ஆனால் நான் அதைத் தர மாட்டேன், எனக்குத் தர ஆசை என்பதாலே தர மாட்டேன், நீ கேட்டு வாங்கிக் கொள்ளேன்' எனச் சீண்டுவதே காதல். ஒன்றைக் கொடுத்து விட்டால் அங்கு காதல் முடிந்து போகிறது, அதைக் கொடுத்தும் கொடுக்காமல் மீதம் வைப்பதே காதலைத் தக்கவைக்கிறது.

ஒன்றைச் சொல்லிவிட்டு அதற்கு மாறாக நடந்து கொள்ளாதீர்கள். அது உங்கள் மீதான நம்பிக்கையைக் குலைக்கும். ஆனால் ஒன்றைச் சொல்லிவிட்டு அதற்கு மாறாக மற்றொன்றைச் சொல்லுங்கள். இந்த இரண்டுக்கும் இடையில் ஊசலாடுவதே உங்களுடைய உண்மை எனப் புரியவையுங்கள். காதலில் செல்லுபடியாகும் ஒரே உண்மை தன் வாலை தானே வளைந்து தின்னும் பாம்பைப் போன்ற உண்மைகளே.

7) நீதி-அநீதி, சரி-தவறு, அரசியல் சரித்தன்மை போன்ற சமாச்சாரங்களுக்கு, காதலில் எந்த மதிப்பும் இல்லை என்பது மட்டுமல்ல, இவற்றை எல்லாம் சுமந்து வருகிறவர்களுக்கு காதலில் கதவு உடனேயே மூடிவிடும்.

8) முற்போக்குச் சிந்தனைக்கு காதலில் இடமில்லை. உதா., நீங்கள் ஒரு ஆண் பெண்ணியவாதி, உங்கள் காதலி ஒரு பெண் பெண்ணியவாதி எனில் நீங்கள் பரஸ்பரம் உச்சிமுகர்ந்து பேஸ்புக்கில் பதிவுகள் போடலாம். ஆனால் காதல் அங்கேயே படுத்து உயிரை விட்டு விடும்.

9) ஆனால் உங்களுடைய நன்னெறிகளைக் காதலிக்கு உணர்த்தத் தவறாதீர்கள், அந்த நன்னெறிகளுக்கும் உங்கள் உணர்ச்சிகளுக்கும் நேரடி உறவில்லை எனப் புரிய வைத்தபடியே அதைப் பண்ணுங்கள்.

10) உடல் விருப்பமும் விளையாட்டுத்தனமும் சதா மொழியில் இருக்கும்படி பார்த்துக்கொள்ளுங்கள். உங்களுக்கு உங்கள் காதலியின் வறண்ட உதடுகளைப் பார்க்கப் பிடிக்கவில்லை என்றாலும் உன் உதடுகளை கவ்விக் கொள்ளவா என

சும்மாவேனும் சொல்லி வையுங்கள்; அல்லது உங்கள் உடல்மொழி அல்லது பார்வை மூலம் அந்தச் சேதியைக் கடத்துங்கள். அல்லாவிடில் காதல் சட்டென இறங்கி நட்பாகி விடும். இதைச் செய்யும்போது, எப்போதுமே இவனுக்கு செக்ஸ் தான் மனத்தில் என்கிற எண்ணம் அவளுக்கு உங்களைப் பற்றி ஏற்படாதபடியும் பார்த்துக்கொள்ளுங்கள்.

உங்கள் பாணியில் எதையாவது வேடிக்கையாகச் சொல்லிக் கொண்டிருங்கள். உங்களைப் பிடிக்கும் என்றால் அவள் நீங்கள் அடிக்கும் மொக்கை ஜோக்குக்குக் கூட சிரிப்பாள். (நீங்களும் அவள் விசயத்தில் அப்படித்தான்.) சிரிக்க சிரிக்க காதலில் ஒரு அபார சுதந்திரம் ஏற்படும். நினைத்ததை எல்லாம் அவளிடத்து சொல்லுகிற, தோன்றுகிற போல அவள் உடலை எடுத்துக் கையாளுகிற சுதந்திரம்.

நன்றி: (உயிர்மை.காம், பிப்ரவரி 2020)

நாற்பது வயதில் காதலிப்போருக்கான 16 பொன்மொழிகள்

1) நாயைப் போல கண்ட இடத்தில் வாய் வைக்காதீர்கள்.

2) காதலுக்கு வயது, சாதி, மதம், புறத்தோற்றம் எல்லாம் முக்கியமில்லை என்றாலும் ஒவ்வொருவருக்கும் அவருக்கான நிர்ப்பந்தங்கள், சிக்கல்கள், தடுமாற்றங்கள், குழப்பங்கள் அவர்களுடைய சூழலைப் பொறுத்து - சாதி, மதம், பொருளாதார நிலை, வயது, குடும்பம் - இருக்கும். இவற்றைச் சமூகமே தீர்மானிக்கின்றது என்பதால் சமூக நிலையையும் கருத்திற்கொண்டு முடிவெடுங்கள்.

3) அந்த வயதில் காதல் எனும் மேஜிக் எப்போதும் நிகழாது. (நான் காமத்தைச் சொல்லவில்லை.) நிகழும்போது தெளிவாக உறுதியாக இருக்க வேண்டும். முடிவெடுப்பதைத் தள்ளிப் போடக் கூடாது. ஆனால் எடுக்கும் முடிவை எதிர்பாலினத்தின் எல்லாத் தரப்புகளில் இருந்தும் யோசித்து எடுக்க வேண்டும்.

4) எதிர்த்தரப்பை மதிப்பது அவசியம். அவர்களுடைய சுயமரியாதைக்கு பாதிப்பில்லாமல் விருப்பத்தைக் காட்ட

வேண்டும். அங்கீகாரத்துக்குக் காத்திருக்க வைக்கக் கூடாது. எந்த இடத்திலும் சமூகம் கோரும் மரியாதையை வெளிப்படையாக எதிர்பாலினத்துக்குப் பெற்றுத் தர வேண்டும்.

5) உங்களுடைய தீவிரம், நாணயம் வெளிப்படையாகத் தெரிய வேண்டும். டாஸ் போட்டுப் பார்க்கிற மனம் இருக்கக் கூடாது.

6) தன்னலத்துடன் மட்டும் நடந்துகொள்ளக்கூடாது. ஆனால் தன்னலமில்லாமல் ஒரு தியாகமாகவும் உறவைப் பார்க்கக் கூடாது.

7) மிகைப்படுத்தாதீர்கள். தினம் தினம் புகழாதீர்கள். தினமும் உணர்ச்சிப் பொங்கல் வைத்தால் அதற்கு மதிப்பில்லை.

8) நிறைய பேசுங்கள். மனதில் இருப்பதைக் கொட்டிக் கொண்டே இருங்கள். அதற்காகத் தற்புகழ்ச்சியால் மூச்சுத்திணறடிக்காதீர்கள்.

9) உறவென்பது மொழியில் நிகழும் ஒரு அதிகார விளையாட்டு. சில நேரங்களில் நீங்கள் அதிகாரக் குதிரையின் மேல் இருப்பீர்கள், சில நாட்களில் லகானைப் பற்றியபடி இறங்கி நடப்பீர்கள். ஆனால் தொடர்ந்து அக்குதிரை மீதேற முயன்று கொண்டே இருங்கள். இரு அதிகாரப் புள்ளிகள் சந்தித்து மோதிக் கரையும் போது தோன்றுவதே காதல். அதிகாரத்தை முழுக்க இன்னொருவரிடம் ஒப்புக் கொடுத்தால், உங்கள் குதிரை செத்து விட்டால் உறவும் செத்து விடும்.

10) ஆணாதிக்கம், சமத்துவம், பெண்ணாதிக்கம், நீதி என்றெல்லாம் குழப்பிக்கொள்ளாதீர்கள்.

11) உணர்வு மோதல் நல்லது. அடிக்கடி கோபித்துக் கொள்ளுங்கள். அற்ப விசயங்களுக்கும் குற்றம் சாட்டுங்கள். கோபப்படும்போது உணர்ச்சிகரமாக இருங்கள். முடிந்தவரை உங்களுக்கு நேரும் பிரச்சனைகளைப் பற்றிப்பேசி அங்கலாயுங்கள். தேவையான நேரத்தில் மன்னிப்புக்

கேளுங்கள். எதிர்த்தரப்பையும் மன்னிப்புக் கேட்கக் கோருங்கள். பிணக்குகள் அற்ற காதல் நிலைக்காது.

12) என்னதான் காதல் ஏற்பட்டாலும் உறவு என்பது கொடுக்கல் வாங்கல்தான் என்பதை மறந்துவிடக்கூடாது. அதை நினைத்துக் குழம்ப அவசியமில்லை. அதை வைத்து மற்ற தரப்பை அவமதிக்கவும் கூடாது. தூய காதல் என்பது விடலை வயதின் கற்பனை.

13) காதல் நிலையான உறவான பின்னர் செக்ஸில் கவனம் செலுத்த வேண்டும். 'தூய தாம்பத்யம்' ஆபத்தானது.

14) பொறாமையைத் தூண்டாதீர்கள். வேறு மாற்றுப்பாலினத்தோரிடம் ஆர்வம் ஏற்படுவதாகக் காட்டி விளையாடுவது சுவாரஸ்யமாக இருந்தாலும் அது உங்களிடத்து வெறுப்பை விதைக்கும். அவரைத் தவிர வேறு யாரிடத்தும் அக்கறை இல்லை என பாவனை செய்யுங்கள். கிரிக்கெட்டில் வைட், நோபால் போடக் கூடாது என்பதைப் போல இதுவும் ஒரு விளையாட்டு விதி எனும் புரிதலுடன் இருங்கள்.

15) ஆளை - அதாவது மனதை, பேச்சை, திறமையை, ஆளுமையைப் - புகழாதீர்கள், ஆனால் உடலின் அங்கங்களைத் தாராளமாகப் புகழுங்கள். முன்னது அகந்தையை வளர்க்கும், பின்னது தன்னம்பிக்கையை வளர்க்கும்.

16) இதுதான் இருப்பதிலேயே கடினம்: பழைய முறிந்த உறவுகளின் கசடுகள் புது உறவில் நிழல் பரப்ப விடாதீர்கள்.

பி.கு: இது என்னுடைய அனுபவமா என்று கேட்காதீர்கள். இல்லையென்றால் நம்பவா போகிறீர்கள்.

(மார்ச் 2022)

தத்துவம்

ஐ லவ் யூவைக் கட்டுடைத்தால் என்ன வரும்?

நான் கோர்சராவில் கீர்க்கெகாட் பற்றி ஒரு ஆன்லைன் வகுப்பில் இணைந்தேன். அதன் பகுதியாக ஒரு வாரப் படிப்பு முடிந்ததும் விவாத அரங்கில் ஒரு கேள்வியை எழுப்பி விவாதங்களில் ஈடுபட வேண்டும். நான் எழுப்பிய கேள்வியையும் அதற்கான விளக்கத்தையும் கீழே தந்திருக்கிறேன்:

Aporia. இதைத் தத்துவத்தில் ஒரு 'பதிலற்ற வியப்பு நிலை' என்கிறார்கள். அதாவது, குழப்பமோ அறியாமையினால் விளையும் திகைப்பு அல்ல. மாறாக நாம் அறிகின்ற பதில்களை ஆழமாய் அலசும்போது அவை தர்க்கபூர்வமாய் உறுதியற்று இருப்பதை உணர்வது, மாற்றுக்கோணங்களும் அப்படியே பலவீனமாய் இருப்பதை உணரும்போது நாம் பதில் தேடுவதன் நோக்கம் பதிலின்மையை அறிவதே என உணர்கிறோம்.

சுருக்கமாய்ச் சொல்வதானால், தெளிவான கருதுகோள்கள், நம்பிக்கைகளின் பின்னுள்ள முரண்களை, அபத்தத்தை அறிவது. இதை ஆதிகாலத்தில் பிரசித்தமாக்கியவர் கிரேக்கத் தத்துவ மேதை சாக்ரெடஸ். அவர் தனது நகைமுரண் எனும் உத்தி மூலம் இதைச் செய்தார்.

நான் இங்கு தெரிதாவின் கட்டுடைத்தலை அபோரியாவுடன் ஒப்பிட முடியுமா என கேள்வி எழுப்பி இருக்கிறேன். ஏனெனில் தெரிதாவும் ஒவ்வொரு கூற்றின் பின்னுள்ள உள்முரண்களை, ஒத்திசைவற்ற இருமைகளை அம்பலப்படுத்தி ஒரு திகைப்பு நிலைக்கு வாசகனை ஆட்படுத்தினார். உதா., ஐ லவ் யூ என்பதை எடுத்துக் கொள்வோம். இதில் உள்ள இருமை எது?

நான் + உன்னை

ஐ + யூ

ஒருவர் தன்னை, தான் யார் என உணர்த்தாமல் மற்றமையான ஒரு காதலன் / காதலியை நேசிப்பதை வெளிப்படுத்த முடியாது. ஆனால் நாம் இதைச் சொல்லும்போது நம் இதயம் முழுக்க நம் காதலரே நிறைந்திருப்பதாக, இந்த வாக்கியம் அவரைப் பற்றியது என நம்புகிறோம். உண்மையில் இது அவரை விட அதிகமாய் நம்மைப் பற்றிப் பேசுகிற ஒரு கூற்று. தனக்கு மனநலம் சரியில்லை என நினைக்கும் ஒருவர் “ஐ லவ் யூ” எனச் சொல்ல முடியுமா? டெக்னிக்கலாக அவர் சொன்னால் அது எடுபடாது.

நான்—மற்றமை எனும் இருமை ஐ லவ் யூ சொல்லி முடிக்கும் போது அழிந்து அங்கு நேசம் மட்டுமே தங்குகிறது என்பதொரு வினோதம். ஆனால், தானற்ற இந்த பரவச நிலையை நாம் அடைய ‘நான்’ எனும் உணர்வை முன்னிறுத்த வேண்டும். காதல் ஒரே நேரம் சுயநலத்தின் உச்சம் என்பதையும் அது சுயநலமற்ற நேசம் என்பதையும் ஐ லவ் யூவை கட்டுடைத்தால் நாம் காண்கிறோம்.

காதல் இப்படி ஒரு முரணுக்குள் சிக்கியிருப்பதால் அது என்னவென்றே யாரும் விளக்க முடியாதாகிறது. விளக்கத்துக்கு அப்பாலானது என்பதாலே அது பெரும் திகைப்பை, பரவசத்தை அளிக்கிறது.

(மே 2020)

நவீன காதலின் தத்துவப் பிரச்சினை

காதலில் ஒரு மீமெய்யியல் தன்மை (*metaphysical*) இருக்கிறது - ஒருவரை அவராக அன்றி மற்றொருவராக நினைத்து சிலாகிப்பது, அந்த இன்னொருவருக்காக ஏங்குவது, கிடைக்காதபோது தன்னையும் பிறரையும் வருத்துவது, கிடைத்ததும் வானுக்கும் பூமிக்குமாகக் குதிப்பது. ஒரு பிரியாணியை பிரியாணியாக மட்டும் கருதி சாப்பிட முடிவதைப் போல, ஒரு குளத்தை குளமாக மட்டும் கருதி இறங்கி நீந்துவதைப் போல அசலாக பௌதீகமாக காதலை அணுக முடிவதில்லை. இதுதான் காதலின் பிரச்சனை. இது கிட்டத்தட்ட பக்திக்கு நிகரானது. தெய்வத்தை நாம் புலன்களால் அறியவோ அதுவாகவே எடுத்துக் கொள்ளவோ முடியாது. இதனாலே தானோ ஏனோ பக்திக் கவிதைகளில் காதல் ரசம் முக்கியமானதாக இருக்கிறது.

நவீன காதல் பணத்தைப் போன்றது. பணத்தை வைத்து நேரடியாக ஒன்றும் பண்ண முடியாது. அதை ஈடாகக் கொடுத்து மற்றொன்றைப் பெற மட்டுமே முடியும். ஒருவனுக்கு கடுமையாகப் பசிக்கிறது. அவனுடைய ஊரில் எங்குமே உணவில்லை. அவனால் தன்னிடம் உள்ள பணத்தைத் தின்ன முடியாது. காதலைக் கொண்டும் உங்கள் புலன்களால் அனுபவிக்கத்தக்க எதையும் பெற முடியாது.

நேற்று பத்து ரூபாய்க்குக் கிடைத்தது இன்று இருபது ரூபாயாகும். நவீன காதலுக்கு ஒவ்வொரு நாளும் புதுப்புதுப் பரிமாற்ற ஈடுகளைத் தர வேண்டி உள்ளது. எவ்வளவு கொடுத்தாலும் அது அதிருப்தியின் விளிம்பிலேயே வாழ்கிறது.

பண மதிப்பிழப்பானால் நேற்றுவரை பயன்பட்ட அந்த ரூபாய் நோட்டால் இன்று எந்த பலனும் இல்லை. நேற்று காதலிப்பதாகத் தோன்றிய ஒருவரிடம் நமக்கு இன்று காதல் தீர்ந்துவிடுகிறது. அவர் இருப்பார், உலகம், காலம், இந்த உடல்கள் இருக்கும், ஆனால் காதல் இருக்காது. உங்கள் கைவசம் உள்ள அரிசியைப் பொங்க வைத்தால் அது சோறாக மாட்டேன் எனச் சொல்லாது. ஏனென்றால் அது நவீன காதலை விட உண்மையானது.

காதலர்களிடம் அழகைத் தேடியபடியே இருக்கிறோம்; அல்லது அழகானவர்களிடம் காதலைத் தேடித் தேடி சலிக்கிறோம். ஆனால் காதல் கைகூடிய பின்னர் அந்தப் அழகை வைத்து என்ன பண்ணுவதென நமக்குத் தெரியவில்லை. நாம் உறவு கொள்ளும் உடலில் அந்த அழகு இருப்பதில்லை. அது எல்லா உடல்களையும் போல் மற்றொரு உடலாக இருக்கிறது. நம்மிடம் பரிவும் அன்பும் காட்டிய உடலில் அந்த பரிவும் அன்பும் இருப்பதில்லை. அது எல்லா உடல்களையும் போலிருக்கிறது. ஏனெனில் அது நவீன காதல் தோன்றும் முன்பான ஒரு பழைய உடல். வேண்டுமெனில் அந்த உடல் சுடும் தோசையில் அன்பு இருக்கிறது என நம்மையே நாம் ஏமாற்றிக்கொள்ளலாம். எதார்த்தத்தில் அந்த அன்பும் பரிவும் இந்த உலகில் எங்குமே இல்லாத தோற்றங்கள், மொழியின் ரூப மயக்கங்கள். ஒரு புன்னகையில் தோன்றி ஒரு கடுஞ்சொல்லில் மடிவன.

இது உறவுகளின் பிரச்சனை அல்ல - ரத்த உறவுகள் - அன்னை, தந்தை, சகோதர சகோதரிகள் - எப்போதும் அவர்களாகவே இருக்கிறார்கள். நவீன காதலைப் போல் அல்லாது பௌதீக கொடுக்கல் வாங்கல்களால் அந்த உறவுகள் நீடிக்கின்றன. ஒரு தாய்க்கும் மகவுக்குமான உறவை தொப்புள் கொடி உண்டு பண்ணுகிறது. ஆனால் காதலுக்கு அப்படி ஒரு தொப்புள்

கொடி இல்லை. அது முழுக்க மொழியின் மாய்மாலங்களை நம்பி இருக்கிறது!

அதனாலே காதல் மனித சமூகம் கண்டுபிடித்த மோசமான விஷம் என்று தோன்றுகிறது. அது நம்மை வாழ்தலில், இருப்பில் இருந்து தடுக்கிறது. ஜெர்மானியத் தத்துவவியலாளரும் இருத்தலியல்வாதியுமான நீட்சே அன்பு, இரக்கம் ஆகியவை போலித்தனத்தின் உச்சம் என்றார். அந்தக் கணக்கில் காதலையும் சேர்க்கலாம்.

ஒரு ஆணையோ பெண்ணையோ காதலிக்காமல் ஒருவரை அவராகவே எடுத்துக்கொள்ள முடிந்தால் அதுவே சிறந்த உறவாக இருக்கும், ஒரு பிரியாணியைச் சாப்பிடுவதைப் போல, மதுவருந்துவதைப் போல, பைக்கில் பறந்து போவதைப் போல, உடற்பயிற்சியைப் போல, தாகத்தில் தொண்டை வறள்வதைப் போல, பசி தணிந்து வயிறு அமைதிகொள்வதைப் போல, குளிரைப் போல, வெக்கையைப் போல காதலும் அதுவாக மட்டும், தொடர்ந்து உருமாறும் முயற்சி அற்றதாக, பௌதீகமானதாக இருக்க முடிந்தால் அது சிறந்ததாக இருக்கும். நேரடியாகக் கேட்டுப் பெறத்தக்கதாக அது இருக்க வேண்டும். கேட்டதற்கும் பெற்றதற்கும் இடையே கற்பனை வந்து விட்டால் அது மீண்டும் மெட்டாபிஸிக்கலான ஒரு சங்கதி ஆகிவிடும்.

நாம் பாலில் ஒரு ஸ்பூன் சர்க்கரையைக் கலக்கிறோம். இனிக்கிறது, ஒருபோதும் கசக்காது. ஆனால் மனித உறவுகளுக்கு, குறிப்பாக காதலுக்கு, இதைச் சொல்ல முடியாது. அது மாறிக்கொண்டே இருக்கிறது. ஒன்று நினைத்து செய்கையில் மற்றொன்றாகிறது. அதை எதிர்கொள்வோருக்கு அது என்னவென்றே கடைசி வரை புரிவதில்லை. நமக்கும் சர்க்கரைக்கும் இடையே ஸ்பூன் மட்டுமே வருகிறது. ஆனால் காதலுக்கும் நமக்கும் இடையில் மொழி, பண்பாடு இரண்டும் புகுந்து நம்மை ஏமாற்றவும் உலகில் இருந்து அந்நியப்படுத்தவும் செய்கிறது.

அதனாலே இந்த உலகில் காதலை மீட்கும் சிறந்த வழி அதை உடலாக, உடல்வழியான பிற அனுபவங்களாக மட்டுமே கறாராகக் காண்பதே. அது மொழிக்குள் ஊடுருவாமல்

பார்த்துக்கொள்வதே. நீங்கள் காமசூத்திரத்தை எடுத்துக் கொண்டால் அதில் நாம் அறிந்து வைத்திருக்கும் காதலே வருவதில்லை. அதில் செக்ஸ் மட்டுமல்ல, நல்ல வசதியான இடம், நறுமணம், சுவையான உணவு, பௌதீகமான சேவைகள் என ஒரு பெரும் பட்டியலே வருகிறது. அப்படித்தான் காதல் அனுபவிக்கப்பட வேண்டும் என்கிறது. உடலைக் கடந்து ஒரு மாய்மாலக் காதலை, காபி அருந்தியபடி கண்ணைப் பார்த்திருக்கும், சாட்டிலும் பரிசுகளிலும் வாழ்கிற போலி நவீன காதலை காமசூத்ரா ஏற்பதில்லை. காதலின் நோக்கம் உடல் வழியாகவும், புலன் அனுபவங்கள் வழியாகவும் மட்டும் சாத்தியமாகிற காதலை அடைவது மட்டுமே. காளிதாசன் பாணி மேகதூதை அது காதலாகச் சித்தரிப்பதில்லை. மருகுவது, உருகுவது, நினைவில் மயங்குவது அல்ல, ‘தொட்டறிவதே’ காதல் என்கிறார் வாத்ஸாயனர். விக்டோரிய யுகத்தில் பிரித்தானிய ஆட்சியின் கீழ் வாழ்ந்த இந்தியர்கள் கடும் ஒழுக்கவாதிகளாக மாறத் தொடங்கினர். அப்போது நாம் காதலையும் காமத்தையும் இரண்டாகப் பிரித்துப் பார்க்கத் தொடங்கினோம். காமசூத்திரம் என்பது செக்ஸுக்கான கையேடு எனும் தவறான எண்ணம் பரவியது. இது ஐரோப்பிய ஒழுக்கவாதத்தின் தாக்கம் மட்டுமே. அசலான காதலை நாம் மறந்து ஒரு போலித்தனமான அரூப மீமெய்யியல் காதலை வழிபடத் தொடங்கியது இப்படியே - சினிமாவில் இதற்கு ஒரு உன்னத நாயகனாக முரளி திகழ்ந்தார். அவர் காதலியின் குரலைக் கூட ஸ்பரிசிக்க மாட்டார்; தொலைபேசியில் ஒலிக்கும் அவள் குரலை மட்டுமே அங்கீகரிப்பார் என்பதாக படங்கள் எடுக்கப்பட்டு வெற்றிபெற்றன. பார்க்காமலே காதலிக்கும் படமொன்றை எடுத்து அகத்தியன் எடுத்து தேசிய விருது பெற்றார். இன்றும் நிலைமை முழுக்க மாறவில்லை.

இது நம்மை ஒரு பெண்ணிடம் "நான் உன்னை உன் அழகுக்காக, உடலுக்காக, நீ தரும் இன்பத்துக்காக காதலிக்கிறேன்" என நேரடியாகச் சொல்ல முடியாதவர்களாக்கிவிட்டது. அப்படி நினைப்பதே அருவருப்பானது என கூச்சப்பட்டுக் கொண்டே சதா அப்படி நினைத்துக் கொண்டிருக்கிறோம்.

ஆனால் பெண்கள் அதைத்தான் (நேரடியாக அல்ல) கேட்க விரும்புகிறார்கள் என்பதே உளவியல் உண்மை.

காதலை இவ்வளவு உடலற்றதாக, ஓர் அரசியல் செயல்பாடு போல, சமூக சேவை, தொண்டு, சகோதர பந்தம் போல, பக்தியைப் போல மாற்றியதில் நமது கற்பனாவாத கவிஞர்களுக்கு, சினிமா கலைஞர்களுக்கு பெரும் பங்குள்ளது.

காதலை மீட்க நாம் நமது முன்னோர்களின் தாம்பத்ய உலகுக்கு மீள வேண்டும். அவர்களுக்கு காதலிக்கத் தெரியவில்லை என்று கூறப்பட்டது. எனக்கு அவர்களே கூடுதலாக நிறைவாக குழப்பமின்றி குற்றவுணர்வின்றி காதலித்தவர்கள் எனத் தோன்றுகிறது. பரஸ்பரம் உடல்ரீதியாகப் பார்த்துக்கொள்வது, அக்கறை காட்டுவது, உறவு கொள்வது மட்டுமே காதல் என அவர்கள் பயின்றார்கள். நம்மைப் போன்று மலட்டுத்தன்மை, செக்ஸ் வறட்சி அவர்களுக்கு இருக்கவில்லை. வெளியில் இருந்து பார்க்க அது கிளாமராக, ஜிகினாவுடன் இருக்காது. காதல் மொழிகள், கோரல்கள் இருக்காது, ஆனால் அதில் இன்றுள்ள அந்நியத்தன்மை இல்லை. சிறந்த ஒன்றைத் தேடிக் கொண்டே இருப்பதே காதல் எனும் பைத்தியக்காரத்தனம் இல்லை. நாம் எப்படி ஒரு கிளையில் இருந்து கனியைப் பறித்து உண்டோமோ அப்படி ஆண் பெண் உறவு இருக்க வேண்டும் என அவர்களுக்குத் தெரிந்திருந்தது. நாம் இன்று கிளையில் இருந்து பூவைப் பறித்து முகர்கிறவர்களாகச் சாப்பிடத் தயங்குகிறவர்களாக, அல்லது சாப்பாட்டையே நுகர்வாக பார்க்கிறவர்களாக இருக்கிறோம்.

ஏனென்றால் நாம் காதலை மொழிக்குள் தேடும் பித்தர்களாக இருக்கிறோம். தனிமையில் இருந்தபடியே தொடர்ந்து காதலைத் தேடுகிறவர்களாக இருக்கிறோம். பக்கத்திலே காதலனோ காதலியோ இருந்தாலும் தொடர்ந்து இல்லாத காதலைத் தேடுகிறவர்களாக, உள்ளுக்குள் கடுமையான தனிமையை உணர்கிறவர்களாக இருக்கிறோம்.

நவீனக் காதல் ஒரு பெரும் மோசடி. அழகு, அதைக் குறித்த கற்பனைகள், அலங்காரங்கள், தப்பித்தல்கள், அரூபமான

விழுமியங்கள் இல்லாத அசல் காதலை அறிவதே நம்மை இனி காப்பாற்றும். பிளேட்டோ தன் லட்சிய உலகில் கவிஞர்களைத் தடைசெய்யவேண்டும் எனக் கோரினார். நான் என் உலகில் நவீன காதலைத் தடைசெய்வேன்.

பி.கு: தத்துவப் புலத்தில் மீமெய்யியல் சிந்தனையானது உண்மைக்கு பௌதீகமான நிரூபணங்களை ஏற்றுக்கொள்ளாது. அதற்குப் பதிலாக பருவுலகில் நின்றபடியே ஒருவரால் பருவுலகைக் கடந்த அரூபமான உணர்வை, அனுபவத்தை *(transcendent)* அடைய முடியும் என நம்பும். ஒரு கல் கல்லும் தாம், கடவுளும் தான் என்பது ஆன்மிகத்தின் மீமெய்யியல். காதலானது ஒரு உடலின் மீதே தோன்றினாலும் அது அதையும் கடந்தது என்று கோருவது காதலின் மீமெய்யியல்.

இலக்கியம்

காதல் 'மயக்கம்'

கவிஞர் இசை உயிர்மை இதழில் எழுதி வரும் காமத்துப்பால் உரை பத்தி அருமையான ஒரு முயற்சி. ஒரு குறிப்பிட்ட அதிகாரத்தில் வரும் குறள்களை எளிமையாய சுருக்கமாய் விளக்கிவிட்டு அதை ஒட்டித் தனது பகடியான கவித்துவமான பார்வையையும் அதைத் தருகிறார். ஒரு புத்தகமாய் வருகையில் இன்னும் சுவாரஸ்யமாய் இருக்கும் என நினைக்கிறேன். ஜூன் மாத பத்தியில் அவர் குறிப்பிடும் ஒரு குறள் என் நெஞ்சை வெகுவாய் கவர்ந்துவிட்டது. அதன் நுணுக்கம் மற்றும் ஓசை அழகு காரணமாய். வெகுநேரமாய் அதையே மீளமீள மனதுக்குள் சொல்லிக்கொண்டும் யோசித்தவாறும் இருந்தேன். இசை தரும் விளக்கத்துடன் பின்னர் பரிமேலழகர் உள்ளிட்ட உரையாசிரியர்கள் தந்த விளக்கங்களையும் படித்தேன். எனக்கு அப்போது மற்றொரு புரிதல் ஏற்பட்டது. நமது தமிழ் மனத்துக்கும் இயற்கைக்குமான தனித்துவமான உறவை இக்கவிதை தொட்டுப் போகிறது.

> *"மலர்காணின் மையாத்தி நெஞ்சே இவள்கண்*
> *பலர்காணும் பூவொக்கும் என்று" (1112)*

இதன் அதிகாரம் "நலம் புனைந்துரைத்தல்". அதாவது காதலியின்

அழகை, சிறப்பைப் பாராட்டிப் பாடுவது. இதில், காதலன் தன் நேசத்துக்குரியவளின் கண்களைப் பற்றிப் பாடுகிறான். மலரைப் போன்று விரிந்து ஒளிரும் கண்கள்; பல வர்ணங்கள் துள்ளும் கண்கள். இக்கண்களில் லயித்துப் போகும் அவனுக்கு தான் வெளியே பார்க்கும் செடிகளில் தோன்றும் மலர்கள் கூட மலரல்ல கண்களோ என மயக்கம் ஏற்படுகிறது.

இதைப் படிக்க ஒரு செடியில் பெண்ணின் கண்கள் விழித்து விழித்துப் பார்க்கும் ஒரு காட்சி, ஒரு சர்ரியலான காட்சி, என் முன் விரிந்தது. அதன் விசித்திரம், தனித்துவம்... ஏன் அவன் இந்த மிகையான கற்பனைக்குச் செல்ல வேண்டும்? அதற்கு ஒரு சாவியாக இரண்டாவது வரியின் முதல் சொல் அமைகிறது: “பலர்காணும்”.

தன் காதலியின் கண்கள், தான் ரசிக்க மட்டுமே என அவன் மீயுடைமை உணர்வுடன் *(possessiveness)* அவன் சிந்திப்பதில்லை. மாறாக, பலர் காணும் அந்தப் பார்வை வழி (பலரது இச்சையான பார்வை மட்டுமல்ல) தானும் அவளைக் காண வேண்டும் என எண்ணுகிறான். ஆகையால், அவளது கண்கள் பூக்களாகவும் உள்ளது, அவை இப்பிரபஞ்சம் எங்கும் விரிந்துள்ளன, உலகின் ஒவ்வொரு அங்குலத்திலும் அவளது பார்வை தன்னை நோக்கித் திரும்பி இருப்பதாய் அவன் நினைக்கிறான். இந்தப் பார்வை மாற்றத்துக்குக் காரணம் அவன் அக்கண்களே பூக்கள், பூக்களே கண்கள் என நம்பத் தொடங்குவது; அப்படி நினைப்பதற்கான நோக்கம் பூக்கள் என்பவை உலகோர் அனைவரும் கண்டு ரசிப்பவை என்பது. தன் காதலியை உலகோர் ரசிப்பதை ஏற்க அவனால் முடியாது. ஆனால் உலகோர் ரசிக்கும் ஒன்றினோடு அவளது உடலின் ரசனைக்குரிய ஒரு பாகத்தை நீட்டிபது அவனால் ஏற்கக் கூடிய ஒன்று. அதையே அவன் தன்னை அறியாமல் இங்கு செய்கிறான் எனலாம்.

“காதல் ரோஜாவே எங்கே நீ எங்கே” பாடலில் எனக்கு பிடித்தமான காட்சித் துணுக்கு மதுபாலா சாய்ந்து புல்வெளியை வருடியபடி செல்வது. அப்புல்வெளி அனைவருக்குமானது,

அனைவரும் வருடி ரசித்துப் போவது, அதை காதலின் மிதப்பில் அவள் வருடித் தழுவும் போது தன் காதலனை உலகிடத்து வைக்கிறாள். "என் வீட்டுத் தோட்டத்தில் பூவெல்லாம் கேட்டுப் பார், என் வீட்டு ஜன்னல் கம்பி ஒவ்வொன்றாய் கேட்டு பார், உன் பேர் சொல்லுமே" எனும் "ஜெண்டில்மேன்" பாடல் வரியும் இதே மனநிலையை வெளிப்படுத்துவதே - காதலியை, காதலனை உலகமாய் கண்டு மனதை விரிய செய்வதற்குப் பதிலாக தன் காதல் மனதை பூக்களாய், ஜன்னல் கம்பிகளாய் இவள் நீட்டித்துக் கொள்கிறாள். இது ஒரு தனித்துவமான தமிழ் மனநிலை. நமது செவ்விலக்கியத்தில் திரும்பத் திரும்ப வரும் மனப்போக்கு. தன்னையும் தான் வாழும் வெளியையும் இரண்டாக பார்ப்பது ஒரு நவீன அணுகுமுறை. ஆனால் தமிழ்ச் செவ்வியலில் நிலமும் இயற்கையும் மனித உடலும் மனமும் தனித்தனி அல்ல. அவை ஒன்றேதான். அதனால்தான் ஒரு சங்கக்கவிதையில் தலைவி தான் சிறுவயதில் நீரூற்றி வளர்த்த மரத்தை தன் சகோதரியாய் பாவிக்கிறாள்; அம்மரத்தருகே இருந்து காதல் செய்யக் கூசுகிறாள்.

மையாத்தி எனும் சொல்லும் அழகானது. அது மயங்குதல் எனும் பொருளில் வருகிறது. ஆனால் இந்த மயக்கம் என்பது எதிர்மறையான பொருள் கொண்டது அல்ல. நவீனப் பொருளில் நாம் புரிந்து கொள்வது போல கிறக்கத்தில் போதையில் இருப்பதல்ல. மாறாக ஒன்றை இன்னொன்றாய் காண்பது, இடம்மாற்றி வைப்பது. உதாரணமாய் "பொருள் மயக்கம்", "சொல் மயக்கம்" போன்ற பிரயோகங்களைச் சொல்லலாம். நமது முன்னோர் இந்த மயக்கத்தை ஒரு ஆழமான இருத்தலியல் நிலையாகவே கண்டிருக்க வேண்டும். தன்னைத் தான் வாழும் நிலத்துடன், நிலத்திலுள்ள உயிர்களுடன், இயற்கையுடன் இடமாற்றி, உலக மாந்தர்களின் பார்வையாய் தன் பார்வையையும் விரித்திடும் ஒரு "யாதும் ஊரே யாவரும் கேளிர்" தத்துவம் நம்மவரிடையே இருந்திருக்க வேண்டும். அதுவே இதைப் போன்ற குறள்களில் வெளிப்படுகிறது. இதன் நீட்சியாகவே மையல் எனும் சொல் வருகிறது. ஒருத்தி மீதான காதலின் வழி ஒருவன் தன்னைப் பல்வேறு விசயங்களாய்,

மற்றமையாய் “மாற்றி வைத்து” அறியும்போதே இன்னொருத்தி மீதான அன்பாய் அது மலர்கிறது; “மையல்” தோன்றுகிறது. காதலைத் தமிழர்கள் எவ்வளவு அழகாய் ஆழமாய்ப் புரிந்து வைத்திருக்கிறார்கள் பாருங்கள்.

மேற்சொன்ன கருத்தோட்டத்துடன் பொருந்தும் மற்றொரு குறளும் இந்த அதிகாரத்தில் வருகிறது:

“மதியும் மடந்தை முகனும் அறியா

பதியின் கலங்கிய மீன்” (1116)

காதலுக்கு உரியவளின் முகம் நிலவை ஒத்தது. இது இப்போது காதலனை மயங்க வைக்கவில்லை. இயற்கையே இந்த மயக்கத்தால் குழம்புகிறது. நட்சத்திரங்கள் தமக்கு மையமான நிலா எது இவளது முகமா இந்த நிலவா எனப் புரியாமல் கலங்கித் திரிகின்றன.

(ஜூன் 2019)

கவிதை

அதனாலே காதலிக்கிறோம்

காதல் ஒரு கிளர்ச்சியான பொய்
அதில் உண்மையைத் தேடினால்
காதல் மறைந்து விடும்.
காதல் ஒரு கொண்டாட்டமான நாடகம்
துவக்கம் முதல் கிளைமேக்ஸ் வரை
திட்டவட்டமான விதிமுறைகள் கொண்டது
இவ்விதிகளை ஏற்று விட்டால்
ஒரு மகத்தான காவிய உணர்வைத் தருவது.

காதலுக்கு உள்ளே வர உள்ள
கதவு
வெளியேறவும் உண்டு.
அதைக் கண்டு கொண்டால்
மனம் புண்படாது.
காதல் ஒரு வாடகை வீடு
கிளம்பும் வரை,
காதல் நம் சொந்த வீடு
பணம் தீரும் வரை.

காதல் காலாவதி தேதி கொண்ட பண்டம்
காதல் காலாதீதமானது
அதை ஒருமுறை
மனதின் ஷாப்பிங் கூடையில்
நிரப்பிக் கொண்டால்.

காதலில் தன்னலம் முக்கியம்
அப்போதே பேரன்பை, தியாகத்தை
காட்ட இயலும்.
காதலின் தன்னலமற்ற அன்பு
காதலர்களை அச்சமூட்டும்.

காதல் ஒரு வங்கி இருப்புத் தொகை
அதற்கு ஏடிஎம் அட்டை, கடன் அட்டை, வட்டி
எல்லாம் உண்டு
வரவு செலவு கணக்கும் உண்டு.

எப்படியும் நீயென்னை செலவழித்தே ஆக வேண்டும் எனப்
பிடிவாதம் பிடிக்கும்
பணம்
எப்படியும் நான் தீர்ந்தே ஆக வேண்டும் எனக் கோரும்
காதல்.

இரண்டுக்கும் நீங்கள் எங்காவது
வேலை பார்த்துக் கொண்டிருக்க வேண்டும்.
வாழ்தல் ஒரு கருத்தோ லட்சியமோ அல்ல
வாழ்தல் ஒரு செயல்

காதலும் ஒரு செயலே
அதனாலே காதலர்கள்
சீக்கிரம் ஓய்ந்து விடுகிறோம்.
இந்த உலகம்

முட்டாள்களுக்கானது
இந்த உலகில்
புத்திசாலிகள் காதலிப்பதில்லை
புத்திசாலிகளுக்கு
இந்த உலகம் கிடைப்பதில்லை.

அதனாலே நாம்
காதலிக்கிறோம்

மொழியாக்கம்

[இந்தப் பகுதியில் நான் படித்த உலக இலக்கியத்தில் இருந்து காதல் குறித்த சில சிறந்த பத்திகளை மொழியாக்கித் தந்திருக்கிறேன். இது ஒரு சாம்பிள் மட்டுமே. இந்த நாவல்களின் கதையை அறிந்துகொள்ள விரும்புவோர் விக்கிபீடியாவை அணுகவும். அங்கே அறிந்துகொண்டு இங்கே வாசித்தால் இன்னும் நன்றாகப் புரியும், சுவையும் அதிகமாகும்.]

சோகமான செக்ஸ் என்பது

"சோகமான செக்ஸ் என்றால் - அவளது வாயின் டூத் பேஸ்ட் அவள் சற்று முன் அருந்தியிருந்த ஷெர்ரி வைனின் வீச்சத்தை மறைக்க முடியாது தோற்றிட, அவள் "கிறுக்கா என் பௌல், என்னை உற்சாகப்படுத்துடா" என முணுமுணுக்கையில், நீங்கள் அவ்வாறே செய்வீர்களே அது. அவ்வாறு அவளைக் குதூகலப்படுத்துவது உங்கள் குதூகலத்தைக் குறைப்பது எனப் பொருள்பட்டாலும்.

சோகமான செக்ஸ் என்பது மன அழுத்த மாத்திரையின் மென்மையான மயக்கத்தில் அவள் இருக்கையில் நிகழ்வது. அப்படிச் செய்தால் அவளைச் சற்று மகிழ்ச்சிப்படுத்தலாம் என நினைத்து நீங்கள் புணர்ச்சியில் ஈடுபடுவது.

சோகமான செக்ஸ் என்பது நீங்களே நிர்கதியில் இருக்கிறீர்கள், உங்கள் நிலை மீட்க முடியாத ஒன்றாய் இருக்கிறது, உங்கள் முன்கதை அவ்வளவு கசப்பானது, நாளுக்கு நாள் நொடிக்கு நொடி உங்கள் ஆத்மாவின் சமநிலை ஆட்டம் கண்டு வருகிறது, அப்போது சில நிமிடங்கள், ஒரு அரைமணிநேரம் உங்களை செக்ஸில் தொலைக்கலாமே என நினைத்து நீங்கள் ஈடுபடுவது. ஆனால் ஒரு நேனோ-செகண்ட் கூட உங்களையோ உங்கள்

ஆன்மாவின் கதியையோ நீங்கள் மறக்க இயலாது போவது.

சோகமான செக்ஸ் என்பது அவளுடனான எல்லா தொடர்புகளை நீங்களும், உங்களுடனானதை அவளும் இழப்பதாய் நீங்கள் உணர்வது, ஆனால் இதன் மூலம் அவளும் நீங்களும் ஒன்றாய் இன்னமும் உணர்வதாய் எப்படியோ தோன்றச் செய்யலாம் என நம்புவது; நீங்கள் இந்த உறவை இன்னமும் கைவிடத் தயாராக இல்லை எனத் தெரிவிப்பது, உங்களது ஒரு பகுதி அதற்கு அவசியமில்லை என உணர்த்தினாலும் கூட. பிறகு நீங்கள் உணர்வீர்கள் பிணைப்பைத் தக்கவைக்கும் ஒன்று வலியை நீட்டிப்பதுமே என்று.

(...)

சோகமான செக்ஸ் என்பது அவள் நிதானமாய் இருக்கையில், இருவரும் பரஸ்பரம் இச்சையுடன் இருக்கையில், என்ன ஆனாலும் நீங்கள் அவளை நேசிப்பீர்கள் என நீங்கள் உணர்கையில், அவளும் அவ்வாறே அறிகையில் நிகழ்வது, ஆனால் அதேவேளை இருவருமே ஒருவேளை - பரஸ்பரம் நேசிப்பது அவசியமாய் மகிழ்ச்சியில் போய் முடிய வேண்டியதில்லை எனப் புரிதல் கொள்கையில் நடப்பது. ஆக, உங்கள் முயக்கம் என்பது இப்போது ஆறுதலுக்கான தேடல் என்றல்லாமல் பரஸ்பரம் மகிழ்ச்சியின்மையை மறுப்பதற்கான ஒரு முட்டாள் முயற்சியாய் மாறிவிட்டது." *(126-127)*

- ஜூலியன் பார்ன்ஸின் *The Only Story* நாவலில் இருந்து.
மொழியாக்கம்: ஆர். அபிலாஷ்

காதலிப்பதும் மிஸ் பண்ணுவதும்

உண்மைதான்: அவன் அவளை நேசிக்கவில்லை, அவளிடமே அதைச் சொல்லியும் இருக்கிறான், துவக்கத்தில் ஒருமுறை, அதன் பிறகு மற்றொரு முறை; அதன் பிறகு அதற்குத் தேவையும் இருக்கவில்லை. "நான் உன்னை நேசிக்கல". முதல் தடவை இதை அவள் கேட்டாள் என்றால் இரண்டாம் முறை காதிலே வாங்கிக்கொள்ளவில்லை. தான் காதலை உணர்கிறேன், தன்னால் அவனிடம் காதலைப் பற்றிப் பேச முடிகிறது என்பதே அவளுக்குப் போதுமானதாக இருந்தது; மேலும் அவன் அவளைத் தடுக்கவில்லை என்பதும். "நீ என் காதலன். சின்ன வயதில் இருந்து இப்போதுதான் முதன்முதலில் ஒருவரிடம் நான் நானாக இருக்க முடிகிறது. இந்தப் பகுதியில் யாருமே, இந்த நாட்டில் யாருமே நம்மளவுக்கு அதிக நேரம் படுக்கையின்பத்தை அனுபவிப்பதில்லை. ஒவ்வொரு முறையும் நாம் உலகை தோற்கடித்தோம். உலகை நம் முன் மண்டியிடச் செய்தோம். சர்வ சக்தி வாய்ந்ததாக, முழுமையான கட்டுப்பாட்டை செலுத்துவதாய்ச் சொல்லப்படுகிற இந்தக் காலத்தைப் பழிவாங்கி இருக்கிறோம். அவர்களை முறியடித்து விட்டோம், அவர்களால் நம் மீது கட்டுப்பாட்டை விதிக்க முடிவதில்லை இப்போது, அவர்கள் போட்டியிலே இல்லை; நாம் இருவரும், நீயும் நானும், மட்டுமே இங்கு முக்கியம். நாமே முக்கியம்."

அவனும் அவளைத் தன் போக்கில் இருக்க விட்டான், அவளை சுதந்திரமாக இருக்க விட்டான். இருந்தாலும் அவன் அதை மிஸ் பண்ணினான், அவன் 'காதலை' மிஸ் பண்ணினான். தினமும் அதை மிஸ் பண்ணினான், சில நேரம் குறைவாக வலித்தது, சில நேரம் வலிகளுக்கெல்லாம் வலியாக அது மாறியது, தொடர்ச்சியான வலியாக, எப்படி எப்படியோ அமைந்தது. காதலை மிஸ் பண்ணுவது அவனை வெறிகொள்ளச் செய்தது, தன் மீதும் பிற விசயங்கள் மீதும், ஆனாலும் கடைசியில் அது அவனை மீறிப் பெருகியது. துல்லியமாகச் சொல்வதெனில், கோபவெறி காதலை மிஸ் பண்ணுவதால் அல்ல அதன் இன்மையாலே அவனுக்கு ஏற்பட்டது. காதலை மிஸ் பண்ணுவதும் ஒருவித நேசத்தை உணர்வதே, சொல்லப் போனால், அதுவே பூரணமாக, எதிர்காலம் குறித்து அதிக நம்பிக்கையைத் தருவதாக, கண்ணுக்கு முன் வந்து நிற்கும், தொட்டுணர முடிகிற, கைக்கொள்ள முடிகிற காதலை விட அதிக எதிர்பார்ப்புகளைத் தருவதாக இருக்கும்; எப்படியென்றால் ஒருவர் தன் வசம் இல்லாத ஒருத்தியை நினைத்து 'உன்னை மிஸ் பண்ணுகிறேன்' எனச் சொல்வாரே அதைப் போன்ற காதல். அவன் அப்போது காதலை மிஸ் பண்ணவில்லை. அது அவனிடம் அதிர்ச்சிகரமாகத் தன் இன்மையை அறிவித்தது; அன்று காலையில் கூட, நாம் குறிப்பிடும் இதே காலை வேளையில் கூட. "இருந்தாலும் நான் அதை மிஸ் பண்ணுகிறேன்," அவன் சத்தமாக தனக்கே சொல்லிக் கொண்டான். "அது இல்லாமல், அதனால் ஆசீர்வதிக்கப்படாமல், அதோடு இருக்காமல், ஒரு நொடியேனும் அதனூடே இருக்காமல், என்னுடைய இந்த தினம் மதிப்பிழக்கிறது, வெறுமனே தன் நாளை வீணடிக்கிற ஒருவனாகிறேன். மற்றொரு பக்கம், நான் போலியான நட்புகளைத் தூக்கி எறிந்தது குறித்து மகிழ்ச்சியும் கொள்கிறேன்."

தமிழில்: ஆர். அபிலாஷ்

(பீட்டர் ஹேண்ட்கேயின் The Great Fall
நாவலில் இருந்து; பக். 18-19)

காதலும் அப்பாவின் பொறாமையும்

“இதோ பாரேன், அப்பாவின் அன்பு என்பது, அதுவும் கூட பொறாமையில் தோன்றுவதுதான். அவருக்கு என்ன தெரியுமா வருத்தம் அலோய்ஷாவுடனான என் காதல் துவங்கியதும், அது பின்னர் நாங்கள் ஓடிச் செல்வதில் போய் முடிந்ததும் அவருக்கு ஆரம்பத்தில் தெரியாது என்பதே அவரை அதிகமாய் காயப்படுத்தியது. அவர் கண்ணுக்கு அது படவில்லை, அவர் அதைத் தவற விட்டு விட்டார் என்பதைத்தான் அவரால் தாங்கிக்கொள்ள முடியவில்லை. என்ன நடக்கும் என்பதைக் கொஞ்சம்கூட அவரால் ஊகிக்க முடியவில்லை என்பது அவருக்குத் தெரியும், இப்போது எங்கள் காதலின், நான் ஓடிப் போனதன் துரதிருஷ்டவசமான விளைவுகளை அவர் மொத்தமாய் என் நன்றியின்மை மற்றும் என் ரகசியத் தன்மை மீது சுமத்தப் பார்க்கிறார். அயோய்ஷாவை நான் காதலிக்கத் துவங்கிய புதிதில் நான் அவரிடம் செல்லவில்லை - நான் அவரிடம் சென்று என் இதயத்து எண்ணங்களை எல்லாம் வெளிப்படுத்தவில்லை. மாறாக, நான் உள்ளுக்குள் எல்லாவற்றையும் அடக்கிக் கொண்டேன், நான் அவரைத் தவிர்த்தேன், சத்தியமாய் சொல்கிறேன் வான்யா, எங்கள் காதலின் விளைவுகளை விட, அப்பாவை அதிகம் காயப்படுத்தியது, அதிகம் வருத்தம் கொள்ளச் செய்தது இதுதான் நான் அப்பா, அம்மாவை

விட்டு விட்டு என் காதலனிடம் என்னை அர்ப்பணித்தேன் என்பது. ஒருவேளை, அவர் என்னை ஒரு அப்பாவுக்கே உரித்தான ஆதுரத்துடன் வரவேற்கிறார் என வைப்போம், இந்த வருத்தத்தின் முட்கள் அவருக்குள் உறுத்திக்கொண்டே தான் இருக்கும். இரண்டு அல்லது மூன்று நாள்கள், அதற்குள் எரிந்து விழுவது, தவறாய் புரிந்துகொள்வது, பழி தூற்றுவது என அவர் என்னிடம் நடந்துகொள்வார். மேலும், நிபந்தனைகள் இன்றி அவர் என்னை ஏற்றுக்கொள்ளவே மாட்டார். நான் ஒருவேளை அவரிடம் என் இதயத்தின் ஆழத்தில் இருந்து உண்மையைச் சொல்கிறேன் எனக் கொள்வோம். நான் அவருக்கு எந்தளவுக்கு துரோகம் செய்திருக்கிறேன், நான் அவர் முன் எப்படியான குற்றமனத்துடன் நிற்கிறேன் என நான் அவரிடம் சொல்கிறேன் எனக் கொள். ... ஆனாலும், அலோய்ஷாவுடன் நான் பெற்ற இந்த இன்பம் எனக்கு எப்படியான இழப்புகளை எனக்கு ஏற்படுத்தியது, நான் எந்தளவு துன்பங்களை அனுபவித்தேன், நான் எப்படி என் வலியைப் பொறுத்து, எல்லா கஷ்டங்களை எனக்குள் முழுங்கிக் கொண்டேன் என்பதை அவர் பொருட்படுத்திக் கருத்திற் கொள்ள மாட்டார் என்பது என்னை எந்தளவு காயப்படுத்தும் தெரியுமா? அதைக் கேட்டால் கூட அவருக்குப் போதுமானதாக இருக்காது. நான் என் கடந்த காலத்தை முழுக்க கைவிட வேண்டும் என, நான் அலோய்ஷாவை, அவன் மீதான என் காதலை நான் கைவிட வேண்டுமென, நான் மனம் வருந்த வேண்டுமென அவர் கோருவார். அசாத்தியமான ஒன்றை அவர் கோருவார் காலம் பின்னோக்கித் திரும்ப வேண்டும் என, என் கடந்த ஆறு மாதங்களை அது அழித்து புத்துருவாக்க வேண்டுமென அவர் கேட்பார். ஆனால் நான் யாரையும் விட்டுக் கொடுக்க மாட்டேன், நான் எதற்காகவும் மனம் வருந்த மாட்டேன்...அது அப்படித்தான், கடைசியில் அப்படித் தான் எல்லாம் வந்து முடிய வேண்டும் போல ... இல்லை வான்யா என்னால் முடியாது, அதுவும் இப்போது முடியாது. அதற்கான நேரம் இன்னும் கனியவில்லை."

(Humiliated and Insulted, தஸ்தாவஸ்கி, பக்கம் 80–81,
தமிழில்: ஆர். அபிலாஷ்)

ஆர். அபிலாஷ்

1980இல் பத்மநாபபுரத்தில் பிறந்தார். ஸ்காட் கிறுத்துவக் கல்லூரி, சென்னை கிறித்துவக் கல்லூரி மற்றும் சென்னை பல்கலைக்கழகத்தில் ஆங்கில இலக்கியத்தில் முறையே இளங்கலை, முதுகலை பட்டங்கள் மற்றும் முனைவர் பட்டத்தைப் பெற்றார். அவர் கடந்த பதினைந்து வருடங்களாக *உயிர்மை, தீராநதி, அம்ருதா, குமுதம், ஆனந்த விகடன், தி ஹிந்து, தினமணி, கல்கி* உள்ளிட்ட தமிழ் இடைநிலை இதழ்களிலும் வெகுஜன இதழ்களிலும் எழுதி வருகிறார். *குமுதத்தில்* கிரிக்கெட் பற்றியும், *தினமணியில்* ஆங்கிலம் பற்றியும் தொடர்கள் எழுதினார்.

ஆர். அபிலாஷ் இதுவரை மூன்று நாவல்கள், ஒரு சிறுகதைத் தொகுப்பு, கட்டுரைத் தொகுப்புகள், வாழ்க்கை சரிதை, ஒரு கவிதைத் தொகுப்பு, ஒரு ஹைக்கூ கவிதைகளின் மொழியாக்கத் தொகுப்பு உள்ளிட்டு ஆங்கிலத்திலும் தமிழிலுமாய் 40 நூல்களுக்கு மேல் பிரசுரித்திருக்கிறார். இவரது *"கால்கள்"* நாவலுக்கு 2014இல் சாகித்ய அகாதெமி யுவ புரஸ்கார் விருது வழங்கப்பட்டது. 2016இல் பாஷா பரிஷத் விருதும் இவரது இலக்கியப் பங்களிப்புக்காக வழங்கப்பட்டது.

விக்கிப்பீடியா பக்கம்: https://ta.wikipedia.org/wiki/ஆர்._அபிலாஷ்

www.ingramcontent.com/pod-product-compliance
Ingram Content Group UK Ltd.
Pitfield, Milton Keynes, MK11 3LW, UK
UKHW042020190726
13854UKWH00005B/2380